# സംരംഭകത്വം 101

## തുടക്കക്കാർക്ക് ഒരു വഴികാട്ടി

ദീപ പെരുമാൾ

എന്റെ ആച്ചിയമ്മയ്ക്ക്

തീവാക്കുട്ടി എഴുത്തുകാരിയായി !

# ഉള്ളടക്കം

# ആമുഖം

എന്റെ സംരംഭക തത്വശാസ്ത്രം വളരെ ലളിതമാണ്...

"സമുദ്രത്തിലെ മറ്റൊരു നീർത്തുള്ളി മാത്രമായിത്തീരാതിരിക്കുക.
സാഹസത്തിന് തുനിയുക; സ്വതന്ത്രർ ആകുക!
തന്റെ ഉള്ളിൽ ആ സമുദ്രത്തെ മുഴുവനായി ഉൾക്കൊള്ളുന്ന
തുള്ളിയായി മാറുക!"

# കടപ്പാട്

അംബാസിഡർ ഹിസ് എക്സലൻസി സുഭാഷ് ചന്ദ് IFS നോട് എന്റെ ആത്മാർത്ഥമായ നന്ദി.

എന്റെ ജീവിതത്തിലെ ഏറ്റവും ദുഷ്കരമായ സമയത്ത് നിങ്ങൾ നൽകിയ വിലപ്പെട്ട സമയത്തിനും ക്ഷമയ്ക്കും, എനിക്ക് ഏകിയ മനക്കരുത്തിനും ഞാൻ ആജീവനാന്തം കടപ്പെട്ടിരിക്കുന്നു.

"നീ ഡ്ഢാൻസി റാണിയുടെ യഥാർത്ഥ മകളാണ്. നിന്നെപ്പോലൊരു ധീരയായ വനിതയെ പരിചയപ്പെട്ടതിൽ ഞാൻ അഭിമാനിക്കുന്നു." - താങ്കളുടെ ഈ വാക്കുകളാണ് ഓരോ ദിവസത്തെയും നേരിടാനുള്ള ശക്തി എനിക്ക് നൽകുന്നത്.

# മുഖവുര

വിജയത്തേക്കാളും മഹത്തായ എത്രയോ പാഠങ്ങൾ നമ്മളെ പഠിപ്പിക്കുന്നത് പരാജയം ആണെന്ന തിരിച്ചറിയലാണ് എന്റെ പ്രചോദനം; ഓരോ പരാജയവും നമ്മെ വിനയമുള്ളവരാക്കുകയും, മികവിനായി നിരന്തരം പരിശ്രമിക്കാൻ സജ്ജമാക്കുകയും ചെയ്യുന്നു. ഞാൻ പ്രസിദ്ധീകരിക്കുന്ന ആദ്യ പുസ്തകമാണിത്; തെറ്റ് കുറ്റങ്ങൾ ക്ഷമിക്കുക.

"സംരംഭകത്വ വഴികാട്ടി പരമ്പര"യിലെ ആദ്യത്തെ പുസ്തകമാണ് "സംരംഭകത്വം 101". വരും നാളുകളിൽ ഈ പരമ്പരയിലേക്ക് കൂടുതൽ പുസ്തകങ്ങൾ ചേർക്കാൻ കഴിയുമെന്ന് പ്രതീക്ഷിക്കുന്നു.

സ്വന്തമായി ബിസിനസ് തുടങ്ങാൻ ആഗ്രഹിക്കുന്നവർ ആദ്യമായി ചെയ്യേണ്ടത് തൊഴിലാളി മനോഭാവത്തിൽ നിന്നും മാറി സംരംഭകരെപ്പോലെ ചിന്തിച്ചു തുടങ്ങുക എന്നതാണ്. സംരംഭകർക്ക് ആവശ്യമായ കഴിവുകൾ, അവർ നേരിടുന്ന ചില വെല്ലുവിളികൾ, ദീർഘവീക്ഷണത്തിലൂടെ വിജയം കൈവരിച്ച സംരംഭകരുടെ മഹദ് വചനങ്ങൾ, യുവസംരംഭകർ അറിഞ്ഞിരിക്കേണ്ട ടിപ്സ് എന്നിവ ഈ പുസ്തകത്തിൽ ഉൾപ്പെടുത്തിയിട്ടുണ്ട്.

# അവതാരിക

രണ്ടു പതിറ്റാണ്ട് നീളുന്ന എന്റെ കരിയറിന്റെ സിംഹഭാഗവും ഞാൻ പ്രവർത്തിച്ചത്, എത്യോപ്യയിലും ആഫ്രിക്കയിലെ പല രാജ്യങ്ങളിലും, ഇന്ത്യയിലുമായി നിരവധി സ്റ്റാർട്ടപ്പ് കമ്പനികളിൽ, മാനേജ്മെന്റ് തസ്തികകളിലാണ്. വ്യത്യസ്തമായി ചിന്തിക്കുന്ന നിരവധി സംരംഭകരെ അടുത്തറിയാം.

പലരിൽ നിന്നുമായി കേട്ടറിഞ്ഞ സംരംഭകത്വ കഥകൾ, എന്റെ സ്വന്തം ജീവിതാനുഭവങ്ങൾ, ആളുകളുമായി ഇടപഴകുന്നതിൽ നിന്നും പുസ്തകങ്ങളോടുള്ള സ്നേഹത്തിൽ നിന്നും ശേഖരിച്ച വിവരങ്ങൾ, എന്നിവയുടെയെല്ലാം സമാഹാരമാണ് ഈ പുസ്തകത്തിന്റെ ഉള്ളടക്കം.

പുസ്തകത്തിലെ ഒരു വിവരവും സ്വന്തം സൃഷ്ടിയാണെന്ന് അവകാശപ്പെടുന്നില്ല; എന്നാൽ ജീവിതത്തിൽ സ്വന്തമായൊരു പാത വെട്ടിത്തെളിക്കാൻ സ്വപ്നം കാണുന്ന ആർക്കും ഇത് ഉപയോഗപ്രദമാകുമെന്ന് ഞാൻ വിശ്വസിക്കുന്നു.

- ദീപ പെരുമാൾ

7 ഫെബ്രുവരി 2022

ഒരു സംരംഭകന്റെ ജീവിതം എപ്പോഴും തുടർച്ചയായ യാത്രയാണ്. പരാജയത്തെ അഭിമുഖീകരിക്കാനും പരാജയം കൈകാര്യം ചെയ്യാനും പരാജയപ്പെട്ടതിന് ശേഷം വിജയിക്കാനും കഴിയുന്നതാണ് സംരംഭകത്വം എന്ന് ഞാൻ ശരിക്കും വിശ്വസിക്കുന്നു.

കിരൺ മസുംദാർ ഷാ
ഇന്ത്യൻ കോടീശ്വര സംരംഭക
ബയോകോൺ ലിമിറ്റഡ് സ്ഥാപക

# 1

## എന്താണ് സംരംഭകത്വം?

ഇഷ്ടമുള്ള ഒരു ജോലി ചെയ്യുന്നതിന്റെ കൂടെ, അതിൽ നിന്ന് ലാഭം പ്രതീക്ഷിച്ച് കൊണ്ട്, സാമ്പത്തിക നഷ്ടസാധ്യതകൾ അറിഞ്ഞുകൊണ്ട് തന്നെ ആ റിസ്ക് ഏറ്റെടുത്ത്, ഒരു ബിസിനസ്സ് സ്ഥാപിക്കുന്ന വ്യക്തിയാണ് സംരംഭകൻ / സംരംഭക. നല്ലൊരു സംരംഭകനോ സംരംഭകയോ ആകാൻ, പ്രായത്തിലോ വിദ്യാഭ്യാസത്തിലോ ശരീരപ്രകൃതിയിലോ ഒന്നും തന്നെ പ്രത്യേകിച്ച് അളവുകോലുകളില്ല. പ്രായം, ദേശീയത, ലിംഗഭേദം, സാമൂഹിക സാമ്പത്തിക നില, വളർന്നു വന്ന ചുറ്റുപാട് എന്നിവ എന്ത് തന്നെയായാലും, അർപ്പണബോധവും മുന്നേറാനുള്ള ത്വരയും ചില പ്രത്യേക കഴിവുകളും ഉണ്ടെങ്കിൽ നിങ്ങൾക്കും ആകാം സംരംഭകൻ / സംരംഭക.

ഒരു ബിസിനസ് ആരംഭിക്കാനും ലാഭകരമായി നടത്തിക്കൊണ്ടുപോകാനും ദീർഘവീക്ഷണവും കഠിനാധ്വാനവും അർപ്പണബോധവും, അതിലുപരി ആ മേഖലയോടുള്ള അഭിനിവേശവും ആവശ്യമാണ്. എല്ലാവർക്കും പറഞ്ഞിട്ടുള്ളതല്ല ഒരു സംരംഭകജീവിതം. തന്റെ സ്വപ്നം സാക്ഷാത്ക്കരിച്ചു കാണാനായി ഒത്തിരി ത്യാഗങ്ങൾ ചെയ്യാനും റിസ്കുകൾ എടുക്കാനും ധൈര്യമുള്ളവരാണ് സംരംഭകർ. വിപണിയിലെ പ്രശ്നങ്ങൾ തിരിച്ചറിയുന്നതും അവയ്ക്ക് പുതുമയുള്ള (innovation) പരിഹാരങ്ങൾ ആലോചിച്ചു കണ്ടെത്തുന്നതും ഏറെ പ്രയോജനപ്പെടുന്ന സംരംഭകത്വ കഴിവുകളാണ്.

## എന്താണ് നിങ്ങളുടെ പ്രചോദനം?

ഒരു ബിസിനസ് തുടങ്ങാൻ സംരംഭകർക്ക് പല കാരണങ്ങൾ ഉണ്ടാവാം - ഇഷ്ടമുള്ള ഒരു മേഖല, അല്ലെങ്കിൽ ഇഷ്ടമുള്ള ഒരു തൊഴിൽ ചെയ്യാനുള്ള ആഗ്രഹം; വിപണിയിൽ അവരുടെ ഒരു ഉൽപ്പന്നത്തിന് / ആശയത്തിന് ഏറെ

ആവശ്യക്കാർ ഉണ്ടാകുമെന്ന വിശ്വാസം, ഉപഭോക്താക്കൾ ആഗ്രഹിക്കുന്ന പുതിയ ഒരു ഉൽപ്പന്നം / തയ്യാറാക്കുന്ന രീതി അവതരിപ്പിക്കാനും ലാഭം നേടാനുമുള്ള ആഗ്രഹം, വളർന്നുവരുന്ന ഒരു മേഖലയിലെ ബിസിനസ് അവസരങ്ങൾ, അങ്ങനെ പലതും... സ്വന്തമായി ജോലി ചെയ്യണം / മറ്റൊരാളുടെ കീഴിൽ ജോലി ചെയ്യാൻ താൽപര്യമില്ല എന്ന കാരണത്താലും ബിസിനസ്സിലേക്ക് ഇറങ്ങുന്നവരുണ്ട്. വളരെക്കാലം ഒരു ജോലിയിൽ ഇരുന്ന ശേഷം, അതിൽ നിന്നുള്ള ഈടുവയ്പ് (savings) കൊണ്ട് തന്റെ passion ആയുള്ള ഒരു പ്രവർത്തി ചെയ്യാനായി സംരംഭകർ ആയവരുണ്ട്. ആരംഭിക്കുവാനുള്ള പ്രചോദനം എന്ത് തന്നെയായാലും സംരംഭകർ നാടിന്റെ സമ്പദ്‌വ്യവസ്ഥയ്ക്ക് മുതൽക്കൂട്ടാണ്. കൂടുതൽ പേർക്ക് തൊഴിൽ അവസരങ്ങൾ സൃഷ്ടിക്കുന്നതു കൂടാതെ സംരംഭകർ ഉൽപ്പന്നങ്ങളും സേവനങ്ങളും നിർമ്മിച്ച് ഉപഭോക്താക്കളിലേക്ക് എത്തിക്കുന്നു; രാഷ്ട്രത്തിന്റെ സമ്പദ്‌വ്യവസ്ഥയ്ക്ക് ഇതൊരു ഇന്ധനമാണ്. (രാജ്യത്തിന്റെ വ്യാവസായിക സാമ്പത്തിക വികസനത്തിന് സംരംഭകരുടെ പങ്കിനെപ്പറ്റി വിശദമായി പിന്നീടുള്ള അധ്യായങ്ങളിൽ പ്രതിപാദിക്കാം)

## അനുഭവപരിചയമില്ലാതെ ഇത് ചെയ്യാൻ കഴിയുമോ?

ഒരു സംരംഭകൻ ജന്മനാ സൃഷ്ടിക്കപ്പെടുകയല്ല - അതായത്, കുടുംബ പാരമ്പര്യം നല്ലൊരു സംരംഭകയാകാനുള്ള മാനദണ്ഡമല്ല എന്നർത്ഥം. ഒരു വ്യവസായകുടുംബത്തിൽ ജനിക്കുന്നത് സഹായകമാണ് എങ്കിലും, യാതൊരു ബിസിനസ് പശ്ചാത്തലവും കൈമുതൽ ഇല്ലാതെ, ആദ്യ-തലമുറ-സംരംഭകരും വിജയിച്ച എത്രയോ ഉദാഹരണങ്ങൾ നമ്മുടെ രാജ്യത്തു തന്നെയുണ്ട്. (ഭാരതി ഗ്രൂപ്പിന്റെ സുനിൽ മിത്തൽ, എയർ ഡെക്കാന്റെ ക്യാപ്റ്റൻ ജി.ആർ. ഗോപിനാഥ്, കിഡ്‌സോപീഡിയ സ്ഥാപക യശോധര പാട്ടീൽ ഇതിൽ ചിലർ മാത്രം)

കഴിഞ്ഞ 10 മുതൽ 15 വർഷങ്ങളിൽ മാത്രമാണ് സംരംഭകർ എന്ന ആശയം പ്രസക്തമായത്. മുൻകാലങ്ങളിൽ, ചെറുതോ ഇടത്തരമോ വലുതോ ആയ ഏതൊരു ബിസിനസ്സും നടത്തുന്നതിന് ധാരാളം ഔപചാരിക നടപടിക്രമങ്ങൾ ആവശ്യമായിരുന്നു. സർക്കാരിന്റെ അനുമതികൾ കിട്ടാൻ വളരെ ബുദ്ധിമുട്ടുള്ള ഒരു പ്രക്രിയയായിരുന്നു. രാഷ്ട്രീയ പിടിപാടുകൾ ഉണ്ടെങ്കിൽ മാത്രമേ മിക്ക അനുമതികളും സാധ്യമാകൂ എന്നതിനാൽ സംരംഭകത്വം അപകടം പിടിച്ച കളിയായിരുന്നു. സ്ഥിരമായ / ഉറപ്പുള്ള വരുമാനമോ വിജയമോ ഇല്ലാത്തതായിരുന്നു ഈ ജോലി. എന്നാൽ ഇന്ന് സ്ഥിതിഗതികൾ വളരെ

മാറിയിട്ടുണ്ട്. നടപടിക്രമങ്ങൾ ലഘൂകരിക്കപ്പെട്ടിട്ടുണ്ട്; സർക്കാർ ധനസഹായവും ട്രെയിനിങ് പോലുള്ള സഹായങ്ങളും ചെയ്തു കൊടുക്കുന്നുണ്ട്. ഒട്ടേറെ ഇന്ത്യൻ മാതാപിതാക്കൾ മക്കളുടെ കോളേജ് പഠിത്തം കഴിഞ്ഞു സംരംഭം ആരംഭിക്കാൻ പ്രോത്സാഹിപ്പിക്കുന്നതും ആശാഭരിതമായ മാറ്റമാണ്...

നല്ലൊരു സംരംഭകവിജയത്തിന് വേണ്ട കഴിവുകൾ പഠിക്കാനും പരിശീലിക്കാനും കഴിയും; നിങ്ങളുടെ വ്യക്തിത്വസവിശേഷതകളുമായി അവയെ കൂട്ടിയിണക്കി, ഒരു വിജയഗാഥ രചിക്കാൻ നിങ്ങൾക്കും കഴിയും. സംരംഭകത്വം നിങ്ങൾ പിന്തുടരാൻ ആഗ്രഹിക്കുന്ന ഒരു പാതയാണെങ്കിൽ, ആദ്യം ചെയ്യേണ്ടത് നിങ്ങളുടെ ബലവും ബലഹീനതയും കണ്ടെത്തുക എന്നതാണ്. അതിനുശേഷം അവയെ സമർത്ഥമായി ഉപയോഗിക്കാൻ നിങ്ങൾ വികസിപ്പിക്കേണ്ട കഴിവുകൾ നിർണ്ണയിക്കാം.

## സംഗ്രഹം

സംരംഭം തുടങ്ങാൻ പറ്റിയ "ഏറ്റവും നല്ല സമയം" കാത്ത് ഇരിക്കരുത് - കാരണം ആ "ഏറ്റവും നല്ല സമയം" ഇന്നാണ്; ഇപ്പോഴാണ്. !!! മാറ്റി വയ്ക്കുംതോറും ആ സ്വപ്നം നിങ്ങളുടെ കയ്യിൽ നിന്ന് വഴുതി, അകന്ന് പോകുകയാണ് ചെയ്യുന്നത്.

*"CoCocubes.com-ന്റെ സഹസ്ഥാപകനും സിഇഒയുമായ ഹർപ്രീത് സിംഗ് ഗ്രോവർ, 29, പറയുന്നത്, "30 വയസ്സിൽ ചെയ്യാൻ കഴിയുമായിരുന്നതിനെ കുറിച്ച് 40 വയസ്സിൽ പശ്ചാത്തപിക്കാൻ ഞാൻ ആഗ്രഹിക്കുന്നില്ല. എല്ലാത്തിനുമുപരി, നമുക്ക് ജീവിക്കാൻ ഒരു ജീവിതം മാത്രമേയുള്ളൂ.", എന്നാണ്!"*

# മഹദ് വചനങ്ങൾ - രത്തൻ ടാറ്റ

> ഇരുമ്പിനെ നശിപ്പിക്കാൻ ആർക്കും കഴിയില്ല, പക്ഷേ സ്വന്തം തുരുമ്പിന് കഴിയും! അതുപോലെ, ഒരു വ്യക്തിയെ നശിപ്പിക്കാൻ ആർക്കും കഴിയില്ല, പക്ഷേ അവരുടെ സ്വന്തം ചിന്താഗതിക്ക് കഴിയും.

രത്തൻ ടാറ്റ
ഇന്ത്യൻ വ്യവസായി,
മനുഷ്യസ്നേഹി

# 2

# സംരംഭക (ൻ) ആവാൻ നിങ്ങൾ തയ്യാറാണോ?

സംരംഭകത്വത്തിലേക്ക് ഇറങ്ങുന്നവർക്ക് "സ്വന്തം ബോസ് ആവുക" എന്നതും ജോലിസമയം സ്വയം നിർണ്ണയിക്കാം എന്നതും ഏറ്റവും വലിയ ആകർഷണമാണ്. എന്നാൽ എല്ലാ ഉത്തരവാദിത്വങ്ങളും ഏറ്റെടുക്കുന്ന ഒരു പദവി എന്നത് എളുപ്പമല്ല.

സംരംഭകജീവിതത്തിലേക്ക് ഇറങ്ങും മുൻപ് ഈ ചോദ്യങ്ങൾ സ്വയം ചോദിക്കുക !

## ആന്തരിക ഘടകങ്ങൾ സംബന്ധിച്ച ചില ചോദ്യങ്ങൾ

1. സ്വയം തിരഞ്ഞെടുത്ത പാതയിലൂടെ സഞ്ചരിക്കാനും, ലോകത്തെ മുഴുവൻ നേരിടാനും ഉള്ള മനോധൈര്യവും പക്വതയും മാനസികാവസ്ഥയും എനിക്കുണ്ടോ?

2. സംരംഭത്തിനായി മുഴുവൻ സമയവും നീക്കിവയ്ക്കാനുള്ള ചുറ്റുപാടും അവസരങ്ങളും കുടുംബത്തിന്റെ പിന്തുണയും എനിക്കുണ്ടോ?

3. സംരംഭത്തിന് വേണ്ടിയുള്ള അടിസ്ഥാന സാമ്പത്തിക അറിവ് എനിക്കുണ്ടോ? (ടാക്സ്, അക്കൗണ്ട്സ്, ബാലൻസ് ഷീറ്റ് പോലുള്ള കാര്യങ്ങൾ)

4. കുടുംബം, ചെലവുകൾ അല്ലെങ്കിൽ മറ്റ് ചുമതലകൾ കാരണം എനിക്ക് വെല്ലുവിളികൾ നേരിടേണ്ടിവരുമോ? അങ്ങനെ വന്നാൽ അവയെ തരണം ചെയ്യാനുള്ള വഴികൾ ഞാൻ ആലോചിച്ചു തീരുമാനിച്ചിട്ടുണ്ടോ?

5. ഒരു നിശ്ചിത സമയത്തിനുള്ളിൽ സംരംഭം വിജയിച്ചില്ലെങ്കിൽ, അത് ഉപേക്ഷിക്കാനുള്ള ഒരു "എക്സിറ്റ് പ്ലാൻ" അല്ലെങ്കിൽ "പ്ലാൻ ബി" ഞാൻ തയ്യാറാക്കിയിട്ടുണ്ടോ?

6. ഒരു ആവശ്യം വന്നാൽ സഹായിക്കാനും ഉപദേശിക്കാനും കഴിയുന്നവർ എനിക്കുണ്ടോ?

7. ഈ മേഖലയിൽ പരിചയസമ്പന്നരായവരെ ഞാൻ കണ്ടെത്തിയിട്ടുണ്ടോ? അനുഭവങ്ങൾ പങ്കുവച്ച് എന്നെ സഹായിക്കാൻ കഴിയുന്നത്ര അടുപ്പമുണ്ടോ?

8. എല്ലാ റിസ്ക് സാധ്യതകളും (ബാഹ്യ ഘടകങ്ങൾ ഉൾപ്പടെ) ഞാൻ കൃത്യമായി വിലയിരുത്തിയിട്ടുണ്ടോ?

9. വിൽക്കാനും വിതരണത്തിനും വേണ്ട മാർഗ്ഗങ്ങൾ ഞാൻ കണ്ടെത്തിയിട്ടുണ്ടോ?

10. എന്റെ ഉൽപ്പന്നത്തിന്റെ സാധ്യതകൾ യഥാർത്ഥമായി വിലയിരുത്തിയിട്ടുണ്ടോ? പുതിയ ഉൽപ്പനം ആണെകിൽ നിലവിലുള്ള വിപണിയിൽ അത് എങ്ങനെ സ്വീകരിക്കപ്പെടും? നിലവിലുള്ള ഉത്പന്നം ആണെകിൽ എതിരാളികളുടെ പ്രതികരണം ആലോചിച്ചിട്ടുണ്ടോ?

11. എന്റെ ഉൽപ്പന്നത്തിന് പേറ്റന്റ് നേടേണ്ട ആവശ്യമുണ്ടോ? ഉണ്ടെങ്കിൽ അതിനായി കാത്തിരിക്കാൻ തയ്യാറാണോ?

12. എന്റെ ഉൽപ്പന്നത്തിന് ലക്ഷ്യമിടുന്ന ഉപഭോക്താക്കളെ (Target Audience) ഞാൻ തിരിച്ചറിഞ്ഞിട്ടുണ്ടോ?

13. ഭാവിയിൽ ബിസിനസ് വിപുലീകരിക്കാനുള്ള പ്ലാനുകൾ ഞാൻ തയ്യാറാക്കിയിട്ടുണ്ടോ?

## ബാഹ്യ ഘടകങ്ങൾ സംബന്ധിച്ച ചോദ്യങ്ങൾ :

14. പ്രാദേശിക നിയന്ത്രണങ്ങളും നിയമങ്ങളും അനുസരിച്ചാണോ എന്റെ സംരംഭം പ്രവർത്തിക്കുന്നത്? അവയെപ്പറ്റിയുള്ള വിവരങ്ങൾക്ക് സമീപിക്കേണ്ടവരെ കണ്ടെത്തിയിട്ടുണ്ടോ?

15. ആവശ്യമായ ലൈസൻസോ അനുമതികളോ എന്തൊക്കെയാണെന്ന് മനസ്സിലാക്കിയിട്ടുണ്ടോ? അവ ലഭിക്കാൻ എത്ര സമയമെടുക്കും? അതിനായി കാത്തിരിക്കാനുള്ള സാഹചര്യം ഉണ്ടോ എനിക്ക്?

16. സംരംഭത്തിന് ആവശ്യമായ എല്ലാ വസ്തുക്കളും ജീവനക്കാരും എന്തൊക്കെയാണെന്ന് ഞാൻ വിശകലനം ചെയ്തിട്ടുണ്ടോ? അതിനുള്ള പ്ലാൻ തയ്യാറാണോ? ചിലവുകൾ പരിഗണിച്ചിട്ടുണ്ടോ?

17. സംരംഭം സ്ഥാപിച്ച് വിജയിച്ചുകഴിഞ്ഞാൽ അടുത്ത ഘട്ടത്തിൽ അത് വിപുലീകരിക്കാൻ എനിക്ക് മതിയായ ഫണ്ട് ലഭിക്കുമോ? ഞാൻ സമീപിക്കേണ്ട ഫണ്ടിംഗ് സ്രോതസ്സുകൾ ആരൊക്കെയാണ്?

18. നിക്ഷേപകർക്കും പങ്കാളികൾക്കും എന്റെ സംരംഭം പ്രായോഗികമാണെന്ന് ബോധ്യപ്പെടുമോ?

19. സാങ്കേതികമായ അടിസ്ഥാന സൗകര്യങ്ങൾ എന്തെല്ലാമാണ് ഈ സംരംഭത്തിന് വേണ്ടത്?

20. മറ്റ് സ്ഥാപനങ്ങൾ എന്റെ ആശയം ദുരുപയോഗം ചെയ്ത്, അത് എന്റെ സംരംഭത്തെ ബാധിക്കാൻ സാധ്യയുണ്ടോ?

പരിചയ സമ്പന്നരായ മറ്റ് സംരംഭകരോട് സംസാരിക്കുന്നതും ഏറെ പ്രചോദനകരമാണ്. നിങ്ങളുടെ ലക്ഷ്യത്തെപ്പറ്റിയും വിജയത്തിന്റെ അളവുകോലുകളെപ്പറ്റിയും പുതിയ കാഴ്ച്ചപ്പാടുകൾ ലഭിക്കാൻ ഇത് സഹായിക്കും.

## മറ്റ് സംരംഭകരോട് ചോദിക്കാവുന്ന ചില ചോദ്യങ്ങൾ

1. ഈ ആശയം വികസിപ്പിക്കാൻ നിങ്ങളെ പ്രേരിപ്പിച്ചതെന്താണ്?

2. നിങ്ങളുടെ ബിസിനസ്സിന്റെ പ്രത്യേകത എന്താണ്?

3. നിങ്ങൾ എങ്ങനെയാണ് വിജയത്തെ നിർവചിക്കുന്നത്?

4. സംരംഭക യാത്രയുടെ തുടക്കത്തിൽ എന്തെല്ലാം വെല്ലുവിളികളാണ് തരണം ചെയ്തത്?

5. എങ്ങനെയാണ് നിങ്ങളുടെ ജീവനക്കാരെ സ്വാധീനിക്കുന്നത്?

6. സ്വന്തം ബിസിനസ് നടത്തുന്നതിൽ നിങ്ങൾ ഏറ്റവും കൂടുതൽ ആസ്വദിച്ചത് എന്താണ്?

7. ഇന്ന് തിരിഞ്ഞു നോക്കുമ്പോൾ, പ്രാരംഭ ഘട്ടത്തിൽ വ്യത്യസ്തമായി എന്തെങ്കിലും ചെയ്യാമായിരുന്നു എന്ന് തോന്നിയിട്ടുണ്ടോ?

8. സംരംഭകനാകാൻ ശ്രമിക്കുന്ന ഒരാൾക്ക് നിങ്ങൾ എന്ത് ഉപദേശമാണ് നൽകുക?

# മഹദ് വചനങ്ങൾ – ശ്രദ്ധ ശർമ്മ

ഇതൊരു നീണ്ട പാതയാണ്. ചിലപ്പോൾ നിങ്ങൾക്ക് ആവശ്യമുള്ളത്, പുറത്തു തട്ടി, തുടരുക എന്ന് പറയുന്ന ആളുകളാണ്. പ്രോത്സാഹിപ്പിക്കുന്ന എല്ലാവർക്കും നന്ദി.

ശ്രദ്ധ ശർമ്മ
ഇന്ത്യൻ യുവ സംരംഭക
യുവർസ്റ്റോറി സ്ഥാപക

# 3

# സംരംഭകർക്ക് ആവശ്യമായ 6 കഴിവുകൾ

## *1. അടിസ്ഥാന സാമ്പത്തിക കഴിവുകൾ*

ഏതൊരു സംരഭത്തിന്റെയും നട്ടെല്ല് എന്ന് വിശേഷിപ്പിക്കാവുന്നത് സാമ്പത്തിക നിയന്ത്രണമാണ് (Financial Management). അതുകൊണ്ടു തന്നെ ഒരു ബിസിനസ് നടത്തുന്നതിന് ബജറ്റിംഗ്, ഫിനാൻഷ്യൽ സ്റ്റേറ്റ്മെന്റ് വിശകലനം പോലുള്ള സാമ്പത്തിക കഴിവുകൾ പ്രധാനമാണ്. ന്യായമായ ഒരു ബഡ്ജറ്റ് സൃഷ്ടിക്കുകയും അതിൽ ഉറച്ചുനിൽക്കുകയും ചെയ്യുന്നത് നിങ്ങളുടെ സംരംഭത്തിന്റെ വിജയത്തിന് അത്യന്താപേക്ഷിതമാണ്. ഇതിലൂടെ, നിങ്ങൾക്ക് അമിത ചെലവ് ഒഴിവാക്കാനും നിങ്ങളുടെ കമ്പനിയുടെ റിസോഴ്സുകൾ ഉചിതമായി വിനിയോഗിക്കാനും കഴിയും. ബാലൻസ് ഷീറ്റ്, ഇൻകം സ്റ്റേറ്റ്മെന്റ്, ക്യാഷ് ഫ്ലോ സ്റ്റേറ്റ്മെന്റ് എന്നിവയുൾപ്പെടെയുള്ള ഫിനാൻഷ്യൽ സ്റ്റേറ്റ്മെന്റുകൾ എങ്ങനെ വായിക്കണമെന്നും തയ്യാറാക്കണമെന്നും അറിയേണ്ടത് വളരെയധികം ആവശ്യമാണ്. റിപ്പോർട്ടിംഗിനും നികുതി ആവശ്യങ്ങൾക്കും ആവശ്യമായി വരുന്നത് കൂടാതെ, കമ്പനിയുടെ പ്രകടനം ട്രാക്ക് ചെയ്യാനും ഭാവി പ്രവചനങ്ങൾ നടത്താനും ചെലവുകൾ നിയന്ത്രിക്കാനും ഈ രേഖകൾ നിങ്ങളെ സഹായിക്കുന്നു. കൂടാതെ, ഈ രേഖകൾ നിങ്ങളുടെ ബിസിനസ്സിന്റെ സാമ്പത്തിക പുരോഗതി കാണിക്കുന്നതിനാൽ, നിക്ഷേപകർക്കും ബാങ്കുകൾക്കും ധനസഹായ തീരുമാനങ്ങളെടുക്കാൻ അവ ഉപയോഗപ്രദമാകും.

## 2. നെറ്റ് വർക്കിംഗ്

നിങ്ങളുടെ തൊഴിൽ ശൃംഖല (നെറ്റ്‌വർക്ക്) നിങ്ങളുടെ ഏറ്റവും വലിയ മുതൽക്കൂട്ടാണ്. സമാന ചിന്താഗതിക്കാരായ പ്രൊഫഷണലുകളെ കണ്ടുമുട്ടാൻ മാത്രമല്ല, നിങ്ങളുടെ ഭാവി ടീമിനെ നിർമ്മിക്കാനും നെറ്റ്‌വർക്കിംഗ് നിങ്ങളെ പ്രാപ്തമാക്കും. നിങ്ങളുടെ സംരംഭകത്വ യാത്രയിൽ നിങ്ങളെ നയിക്കാനും തീരുമാനങ്ങൾ എടുക്കുന്നതിനെ സഹായിക്കാനും കഴിയുന്നവരെ തിരിച്ചറിയുക; അവരുമായി നല്ല ബന്ധം സ്ഥാപിക്കുക. അവരുടെ ബിസിനസിനെ കുറിച്ചും അവരുടെ വ്യവസായജീവിതത്തെപ്പറ്റി ചോദിച്ചറിയുക. വിജയങ്ങളിൽ നിന്നും പരാജയങ്ങളിൽ നിന്നും അവർ പഠിച്ച പാഠങ്ങളെക്കുറിച്ചും അവരിൽ നിന്ന് പഠിക്കുക. കമ്പനികൾ ആരംഭിച്ച അനുഭവം, ഫണ്ട് സ്വരൂപിക്കുന്നതിനെക്കുറിച്ചും ഉൽപ്പന്നങ്ങൾ വികസിപ്പിക്കുന്നതിനെക്കുറിച്ചും, ഒരു ക്ലയന്റ് ബേസ് കെട്ടിപ്പടുക്കുന്നതിനെക്കുറിച്ചും വിലയേറിയ ഉപദേശം നൽകാൻ അവർക്ക് കഴിയും. ഇല്ലെങ്കിൽ വിദഗ്ധ ഉപദേശം തരാൻ പറ്റുന്ന പ്രൊഫഷണലുകളുമായി നിങ്ങളെ പരിചയപ്പെടുത്താൻ അവർക്ക് കഴിഞ്ഞേക്കും.

നിങ്ങളുടെ നെറ്റ്‌വർക്ക് പ്രയോജനപ്പെടുത്തുക മാത്രമല്ല; വികസിപ്പിക്കുകയും ചെയ്യുക. നെറ്റ്‌വർക്കിംഗ് ഇവന്റുകളിൽ പങ്കെടുക്കുക; കൂടുതൽ ആൾക്കാരെ പരിചയപ്പെടുക; സുഹൃത് ബന്ധങ്ങൾ സ്ഥാപിക്കുക. സമാന താൽപ്പര്യങ്ങൾ പങ്കിടുന്നവരുമായി ബന്ധപ്പെടാനുള്ള മറ്റൊരു വിലപ്പെട്ട മാർഗമാണ് LinkedIn; അതും ഫലവത്തായി ഉപയോഗിക്കുക.

## 3. ആത്മവിശ്വാസത്തോടെയുള്ള സംസാരം

ഒരു സംരംഭകൻ എന്ന നിലയിൽ ആത്മവിശ്വാസത്തോടെ സംസാരിക്കുന്നത് വളരെ പ്രധാനമാണ്. നിക്ഷേപകരോട് സംസാരിക്കുകയാണെങ്കിലും, ഉപഭോക്താക്കളുമായി ആശയവിനിമയം നടത്തുകയാണെങ്കിലും, ഒരു പ്രഭാഷണം നടത്തുകയാണെങ്കിലും, നിങ്ങളുടെ ബിസിനസിനെ കുറിച്ചും അതിന്റെ സാധ്യതകളെ കുറിച്ചും നിങ്ങൾ സംസാരിക്കുന്ന രീതി മറ്റുള്ളവർ അത് എങ്ങനെ കാണുന്നു എന്നതിനെ സ്വാധീനിക്കും. ആത്മവിശ്വാസക്കുറവ് കാണിക്കുന്നത് നിക്ഷേപകരെ പിന്തിരിപ്പിക്കുകയും, ഉപഭോക്താക്കളെ അവരുടെ തീരുമാനത്തെ ചോദ്യം ചെയ്യാൻ നയിക്കുകയും ചെയ്യും.

ഓർക്കുക: നിങ്ങളാണ് നിങ്ങളുടെ ബിസിനസ്സിന്റെ ഏറ്റവും വലിയ അഭിഭാഷകൻ / അഭിഭാഷക. നിങ്ങളുടെ കമ്പനി മാർക്കറ്റിന് വേണ്ടി സജ്ജമാണെങ്കിൽ, അത് അതേപടി അവതരിപ്പിക്കുക. നിങ്ങളുടെ ആശയം സാക്ഷാത്കരിക്കാനായി നിങ്ങൾ ചെയ്ത ഗവേഷണവും ഡാറ്റയും ഉപയോഗിച്ച് നിങ്ങളുടെ പോയിന്റുകൾ ബാക്കപ്പ് ചെയ്യുക. ഉപഭോക്താക്കളെയും നിക്ഷേപകരെയും ആകർഷിക്കുന്നതിലും നിലനിർത്തുന്നതിലും ആത്മവിശ്വാസത്തിന് ഒരു വലിയ പങ്കുണ്ട്. ആളുകൾ നിങ്ങളെ സംശയിച്ചേക്കാം, എന്നാൽ നിങ്ങൾ ഒരിക്കലും സ്വയം സംശയിക്കരുത് !

## 4. ഫീഡ്ബാക്ക് സ്വീകരിക്കൽ; അതിന്മേൽ പ്രവർത്തിക്കൽ

ഒരു സംരംഭകൻ എന്ന നിലയിൽ അഭിപ്രായങ്ങൾ / നിർദേശങ്ങൾ / വിമർശനങ്ങൾ സ്വീകരിക്കാനും അതനുസരിച്ച് പ്രവർത്തിക്കാനും നിങ്ങൾ തയ്യാറായിരിക്കണം. ഇതിന് വിനയം വളരെ പ്രധാനമാണ്. ചിലയവസരങ്ങളിൽ, മികച്ചത് എന്ന് നിങ്ങൾ കരുതുന്ന നിങ്ങളുടെ ആശയം / ഉൽപ്പന്നം ഉപഭോക്താക്കൾക്ക് താൽപ്പര്യം ജനിപ്പിക്കുന്നില്ല എന്ന സത്യം അംഗീകരിക്കാനും നിങ്ങൾക്ക് സാധിക്കണം.

നിങ്ങളുടെ ഭാവി ഉപഭോക്താക്കൾ / ടാർഗെറ്റ് മാർക്കറ്റ് സെഗ്മെന്റിൽ നിന്നുള്ള ആളുകളുമായി മൂല്യനിർണ്ണയ ചർച്ചകൾ നടത്തുക എന്നതാണ് ഫീഡ്ബാക്ക് ശേഖരിക്കാനുള്ള ഒരു മാർഗം. നിങ്ങളുടെ ആശയം /ഉൽപ്പന്നം പ്രാവർത്തികമാക്കാനും, ഉപഭോക്താക്കളെപ്പറ്റിയുള്ള നിങ്ങളുടെ ധാരണകൾ പരിശോധിക്കാനും, നിർദ്ദിഷ്ട ബിസിനസ്സ് മോഡൽ തീരുമാനിക്കാനും ഈ ഫീഡ് ബാക്ക് സഹായിക്കും. ക്രിയാത്മകമായ വിമർശനം ആയി അതിനെ കണക്കാക്കുക.

നിക്ഷേപകർ, പരിചയസമ്പന്നരായ സംരംഭകർ, സുഹൃത്തുക്കൾ, കുടുംബാംഗങ്ങൾ എന്നിവരിൽ നിന്നും നിങ്ങൾക്ക് ഫീഡ്ബാക്ക് ലഭിച്ചേക്കാം. എല്ലാ ഉപദേശങ്ങളും നടപ്പിലാക്കേണ്ട ആവശ്യമില്ല, പക്ഷേ അത് പരിഗണിക്കുന്നത് പ്രയോജനകരമാണ്. അവരുടെ നിർദ്ദേശം നിങ്ങളുടെ ഉൽപ്പന്നത്തിന്റെ ഗുണനിലവാരമോ മൂല്യമോ ഉപഭോക്താവിന്റെ സംതൃപ്തിയോ വർദ്ധിപ്പിക്കുമോ? ഉത്തരം അതെ എന്നാണെങ്കിൽ, ആ മെച്ചപ്പെടുത്തലുകൾ വരുത്താൻ നടപടികൾ കൈക്കൊള്ളുക.

# 5. പാറ്റേൺ തിരിച്ചറിയൽ

സംരംഭകർ പലപ്പോഴും അവഗണിക്കുന്ന അല്ലെങ്കിൽ പ്രാധാന്യം കൊടുക്കാത്ത ഒരു കഴിവാണ് ഡാറ്റ, മാർക്കറ്റ് ട്രെൻഡുകൾ, ഉപയോക്തൃ പെരുമാറ്റം എന്നിവയിൽ പാറ്റേൺ (ക്രമം) തിരിച്ചറിയൽ. ഉദാഹരണത്തിന് ക്യാഷ് ഫ്ലോ സ്റ്റേറ്റ്മെന്റുകളിലെ പാറ്റേണുകൾ തിരിച്ചറിയുന്നത്, , ഭാവിയിലെ ക്യാഷ് ഫ്ലോയെപ്പറ്റി പ്രവചിക്കാൻ നിങ്ങളെ പ്രാപ്തരാക്കും. മാർക്കറ്റ് സെയിൽസ് ഡാറ്റ നിരീക്ഷിക്കുമ്പോൾ, സീസണലിറ്റി (ഉദാ: ചില പ്രത്യേക ദിനങ്ങളിൽ കൂടുതൽ സെയിൽസ് നടക്കുന്നത്) അല്ലെങ്കിൽ മറ്റ് ട്രെൻഡുകൾ നിങ്ങൾക്ക് തിരിച്ചറിയാൻ കഴിയും. ഇത് നിങ്ങളുടെ ദീർഘകാല ലക്ഷ്യത്തിന് സഹായകമാവും.

ഉപയോക്താക്കൾ നിങ്ങളുടെ ഉൽപ്പന്നവുമായി എങ്ങനെ ഇടപഴകുന്നു എന്ന് നിരീക്ഷിക്കുക; അവർ നിർദ്ദിഷ്ട ഘടകങ്ങളോട് എങ്ങനെ പ്രതികരിക്കുന്നുവെന്നും, ഉപയോഗിക്കുമ്പോൾ എന്ത് ചോദ്യങ്ങൾ ഉയർന്നുവരുന്നുവെന്നും ശ്രദ്ധിക്കുക. പാറ്റേണുകൾ പ്രത്യക്ഷപ്പെടാൻ തുടങ്ങും. ഉപഭോക്താക്കളെപ്പറ്റി കൂടുതലറിയാനും അവരുടെ ആവശ്യങ്ങൾക്ക് അനുയോജ്യമായ രീതിയിൽ നിങ്ങളുടെ ഉൽപ്പന്നം മെച്ചപ്പെടുത്താനും ഇത്തരത്തിലുള്ള ട്രെൻഡുകൾ നിങ്ങൾക്ക് ഉപയോഗിക്കാം.

# 6. വളർച്ചാ മനോഭാവം

ദീർഘവീക്ഷണമുള്ള സംരംഭകർക്ക് വളർച്ചാ മനോഭാവം ഉണ്ടായിരിക്കേണ്ടത് നിർണായകമാണ്. ബുദ്ധി, കഴിവുകൾ എന്നിവയെ പഠിക്കാൻ കഴിയുന്നതും മെച്ചപ്പെടുത്താൻ കഴിവുള്ളതുമാണ് വളർച്ചാമനോഭാവം. അതായത്, നിങ്ങളുടെ കഴിവുകൾ സ്ഥിരമല്ല - അവ നിങ്ങളുടെ പരിശ്രമത്തിന്റെയും പരിശീലനത്തിന്റെയും സ്ഥിരോത്സാഹത്തിന്റെയും ഫലമാണ്. വളർച്ചാ മനോഭാവം നിലനിർത്തുന്നതിലൂടെ, നിങ്ങളുടെ കഴിവുകൾ നിസ്സാരമായി കണക്കാക്കുന്നത് ഒഴിവാക്കാനും നിങ്ങളുടെ കരിയറിൽ ഉടനീളം വളരാനും മെച്ചപ്പെടുത്താനുമുള്ള അവസരങ്ങൾ പ്രയോജനപ്പെടുത്താനും കഴിയും.

# മഹദ് വചനങ്ങൾ - കുനാൽ ഷാ

> നിങ്ങളുടെ യാത്രയിൽ സംഭവിക്കാവുന്ന ഏറ്റവും മോശമായത് നിങ്ങൾ പൂർണ്ണമായി അംഗീകരിക്കുകയാണെങ്കിൽ, ആരംഭിക്കുന്നതിന് ഭയം ഒരിക്കലും തടസ്സമാകില്ല

# 4

# സംരംഭകർ നേരിടുന്ന 5 വെല്ലുവിളികൾ

ഒറ്റയാൾ സംരംഭം (Solopreneur), പങ്കാളികളുമായി ചേർന്ന് ആരംഭിക്കുന്ന സംരംഭം (Partnership business), വനിതാസംരംഭം (Woman Entrepreneur), യുവ സംരംഭകർ (മുപ്പതിന് താഴെയുള്ള Young Entrepreneurs) - ഇവർക്കെല്ലാം നേരിടേണ്ടി വരുന്ന വെല്ലുവിളികളും പ്രതിസന്ധികളും വ്യത്യസ്തമാണ് എങ്കിലും പൊതുവായ ചില കാര്യങ്ങളാണ് ഇവിടെ പ്രതിപാദിക്കുന്നത്.

## *1. ആത്മസന്ദേഹം അഥവാ സ്വന്തം കഴിവിൽ ഉള്ള ആശങ്ക*

സംരംഭകർ നേരിടുന്ന ഏറ്റവും വലിയ വെല്ലുവിളി പുറത്തുനിന്നുള്ളതാണെന്ന് നിങ്ങൾ വിചാരിച്ചാൽ തെറ്റി. നമ്മുടെ ഉള്ളിൽ നടക്കുന്ന പോരാട്ടം - വിജയിക്കാനുള്ള പ്രാഗൽഭ്യം തനിക്കുണ്ടോ എന്ന നിരന്തരമായ സംശയവും ആശങ്കയുമാണ് സംരംഭകരുടെ ഉറക്കം കെടുത്തുന്ന ഏറ്റവും വലിയ വെല്ലുവിളി. സൂക്ഷിക്കുക - അനിയന്ത്രിതമായി വിട്ടാൽ, ഇത് നിങ്ങളെ കാർന്ന് തിന്നും; വിഷാദവുമുള്ള നെഗറ്റീവ് ആയ വ്യക്തിയായി ഇത് നിങ്ങളെ മാറ്റിയേക്കും. ജീവിതത്തിൽ വിജയം നേടാൻ ഈ ആശങ്കകൾ തടസ്സമാകും.

(ഇതിന് മറ്റൊരു വശവുമുണ്ട്. നല്ലൊരു ബാറ്റ്സ് മാൻ നല്ലൊരു ക്യാപ്റ്റൻ ആയിരിക്കണമെന്നില്ല. ഒരു കമ്പനിയിൽ ചെയ്യുന്ന ജോലിയിൽ നിങ്ങൾ "പുലി" ആയിരിക്കാം; എന്നാൽ തന്റെ കഴിവിലെ അമിതവിശ്വാസം കാരണം ഞാനും അതുപോലെ ഒരു കമ്പനി തുടങ്ങാം എന്ന് കരുതി നിങ്ങൾ സംരംഭത്തിലേക്ക് ഇറങ്ങുകയാണെങ്കിൽ, അത് അപകടം ക്ഷണിച്ചുവരുത്തും എന്ന് അറിയുക.)

ആശങ്കകൾ മാറ്റാനുള്ള ഏറ്റവും നല്ല മാർഗം മുൻപ് ഈ പാതയിലൂടെ സഞ്ചരിച്ച് വിജയം നേടിയവരിൽ നിന്ന് പ്രചോദനം ഉൾക്കൊള്ളുക എന്നതാണ്. അവർക്ക് അത് ചെയ്യാൻ കഴിയുമെങ്കിൽ എനിക്കും കഴിയും എന്ന വിശ്വാസം നേടുക. ഇതിനായി

- ദിവസവും പുതിയതായി എന്തെങ്കിലും പഠിക്കുക;
- സംരംഭകരെപ്പറ്റി കൂടുതൽ വായിച്ചും അഭിമുഖങ്ങൾ കണ്ടും അറിയാൻ ശ്രമിക്കുക;
- അവരുടെ സോഷ്യൽ മീഡിയ വഴി അവർ പങ്കുവയ്ക്കുന്ന അറിവുകൾ ഉൾക്കൊള്ളുക.
- ദിവസവും ഒരു മണിക്കൂറെങ്കിലും ധ്യാനിച്ചുകൊണ്ട് മോട്ടിവേഷണൽ പ്രഭാഷണങ്ങൾ കേൾക്കുന്നതും ഉപയോഗപ്രദമാണ്; പല പുതിയ ആശയങ്ങളും പിറക്കുന്നത് നിങ്ങളുടെ മസ്തിഷ്കം "ഫ്രഷ്" ആവുമ്പോഴാണ് !!

## 2. ജോലിഭാരവും മാനസിക സമ്മർദവും

ഒരു ബിസിനസ് നടത്തുമ്പോൾ ഉണ്ടാകുന്ന സങ്കീർണത കൈകാര്യം ചെയ്യുക എന്നതാണ് സംരംഭകരുടെ മറ്റൊരു വലിയ വെല്ലുവിളി. സംരംഭത്തിനായുള്ള നിയമങ്ങളും നികുതി പോലുള്ള നൂലാമാലകളും മറ്റും ഏറെ സങ്കീർണമാണ്; പലപ്പോഴും ഇത് ഉത്കണ്ഠയും നിരാശയും ഉണ്ടാക്കുകയും ചെയ്യും. ചെയ്തുതീർക്കാൻ പല കാര്യങ്ങളും ഉണ്ടാകും. ലിസ്റ്റ് ഉണ്ടാക്കാൻ തുടങ്ങിയാൽ അത് അനന്തമായി നീണ്ടു പോകും; എവിടെ തുടങ്ങണം ഏത് ആദ്യം ചെയ്യണം എന്ന ആശങ്ക അലട്ടാൻ തുടങ്ങും; ഒടുവിൽ ഒന്നും തന്നെ ചെയ്യാൻ പറ്റാതെ നിങ്ങൾ വിഷമിക്കും - പരിഭ്രാന്തി ഉണ്ടാവുന്നത് സ്വാഭാവികമാണ് !

ശാന്തതയോടെ ഇത് കൈകാര്യം ചെയ്യുക എന്നതാണ് ഒരേയൊരു പോംവഴി.

- ചെയ്യേണ്ട കാര്യങ്ങളുടെ ലിസ്റ്റ് ഉണ്ടാക്കുക. ഓരോ ജോലിക്കും അതിന് അർഹിക്കുന്ന മുൻഗണന നൽകുക. (ഇത് നിരന്തരമായ ഒരു പ്രക്രിയയാണ്; ഇന്നത്തെ സ്ഥിതി ആയിരിക്കില്ല ചിലപ്പോൾ നാളെ. ആപ്പപ്പോഴുള്ള ആവശ്യങ്ങൾ അനുസരിച്ച് മുൻഗണന ക്രമം പതിവായി പരിശോധിക്കുക; ആവശ്യാനുസരണം മാറ്റുക)

- കഴിവതും ജോലികൾ മറ്റുള്ളവർക്ക് 'ഡെലിഗേറ്റ്' ചെയ്യുക. അതായത് പകരക്കാരനെ നിയോഗിക്കുക (നിങ്ങൾ ചെയ്യുന്ന അതേ perfection അതായത്, പരിപൂർണ്ണതയോടെ മറ്റൊരാൾ ചെയ്യില്ല എന്ന ഭയം പലരെയും അലട്ടാറുണ്ട്. പക്ഷേ ഒന്നും ചെയ്യാൻ പറ്റാത്തതിലും ഭേദമല്ലേ കുറച്ചെങ്കിലും ചെയ്തുകിട്ടുന്നത്? മാത്രമല്ല, നിങ്ങളെപ്പോലെ കഠിനാധ്വാനം ചെയ്യാൻപറ്റുന്ന ഒരാളായി അവരെ വളർത്തിയെടുക്കാൻ ഒരു അവസരം കൂടിയാണ് delegation)

- ചില ജോലികൾ മാറ്റിവയ്ക്കുക - ആവശ്യം വരുന്നത് വരെയെങ്കിലും.

- ഒരു കാര്യം ഏറ്റെടുത്ത് പൂർണ്ണ ശ്രദ്ധയോടെ അത് ചെയ്തു തീർക്കുക; ആ സമയത്ത് മറ്റുള്ളവയെപ്പറ്റി ആലോചിക്കാതിരിക്കുക. ചെയ്തുകഴിഞ്ഞാൽ അത് ലിസ്റ്റിൽ നിന്ന് ഉടനടി മാറ്റുക. ഓരോ ജോലികളായി തീരുന്നതു കാണുമ്പോൾ കൂടുതൽ ഊർജം ലഭിക്കും, തീർച്ച !

വിജയത്തിനുള്ള ഏറ്റവും പ്രധാനപ്പെട്ട മന്ത്രം

*"എല്ലുമുറിയെ പണിയെടുത്താൽ പല്ലുമുറിയെ തിന്നാം"* !

ഇതിനർത്ഥം വാരാന്ത്യങ്ങളിലും അവധി ദിനങ്ങളിലും അതിരാവിലെയും രാത്രി വൈകിയും ജോലി ചെയ്യേണ്ടി വരാം . 9 മുതൽ 5 വരെയേ ഞാൻ ജോലി ചെയ്യുള്ളൂ എന്ന മനോഭാവം സംരംഭക ജീവിതത്തിന് യോജിച്ചതല്ല. എത്ര മണിക്കൂർ പണി ചെയ്യുന്നു എന്നതിലുപരി എത്ര കാര്യങ്ങൾ ചെയ്തു തീർത്തു എന്നതിലാവണം ശ്രദ്ധിക്കേണ്ടത്. സ്വാഭാവികമായി ഇത് നിങ്ങളുടെ ആരോഗ്യത്തെയും വീട്ടുചുമതലകളെയും ബാധിച്ചേക്കാം. ചെറിയ ചെറിയ ത്യാഗങ്ങൾ വേണ്ടിവരും - നിങ്ങളുടെ ഉറ്റവരുടെ പിന്തുണയാണ് നിങ്ങളുടെ വിജയത്തിനു പിന്നിലെ നെടുംതൂൺ !

## 3. നല്ലൊരു ടീം

ഓരോ ഉപഭോക്താവും ഒരു ബോസ്സ് ആണെന്ന് ചിലപ്പോൾ തോന്നാം. മറ്റു ജീവനക്കാർ ആരുമില്ലാത്ത ഒരു കപ്പലിന്റെ ക്യാപ്റ്റൻ പോലെയാണ് ചിലർക്ക് സംരംഭകത്വം അനുഭവപ്പെടുന്നത്. എല്ലാ ജോലിയും നിങ്ങൾ സ്വയം ഏറ്റെടുത്ത് ജോലി ചെയ്യാൻ പറ്റുമെന്ന് നിങ്ങൾക്ക് തോന്നാം. (അല്ലെങ്കിൽ എന്നെപ്പോലെ നന്നായി ചെയ്യാൻ മറ്റൊരാൾക്ക് പറ്റില്ല/ അതിനായി പരിശ്രമിക്കില്ല എന്ന് നിങ്ങൾക്ക് തോന്നാം. ഓർക്കുക - വളരെ താമസിയാതെ നിങ്ങൾ burn out ആകാനുള്ള സാധ്യതയിലേക്കാണ് ഇത് നയിക്കുന്നത്.)

ഒഴുക്കിൽപ്പെട്ടു മുങ്ങിപ്പോകാതെ നീന്തിക്കടക്കാൻ നിങ്ങൾക്ക് വേണ്ടത് ശക്തമായ ഒരു ടീം ആണ്. ഇവിടെ സംരംഭകർ ഏറ്റെടുക്കുന്നത് ഒരു മാർഗദർശകന്റെ റോൾ കൂടിയാണ്. നിങ്ങളുടെ ബിസിനസിനെയും ഉപഭോക്താക്കളെയും നിങ്ങൾ ചെയ്യുന്നതുപോലെ തന്നെ സ്നേഹിക്കുകയും പരിപാലിക്കുകയും ചെയ്യുന്ന ഒരു ടീം കെട്ടിപ്പടുക്കുക എന്നതാണ് നിങ്ങളുടെ അടുത്ത വെല്ലുവിളി.

- ബിസിനസ് പ്രവർത്തനങ്ങൾ സമയമെടുത്ത് ആലോചിച്ച് വേർതിരിക്കുക. ഓരോ ജോലിക്കും ആവശ്യമായ വിദ്യാഭ്യാസം, യോഗ്യത, ജോലിസമയം, ഉത്തരവാദിത്വങ്ങൾ എന്നിവ എഴുതി തയ്യാറാക്കുക. ഇത് ഓരോ ജോലിക്കും അനുയോജ്യരായ ടീം അംഗങ്ങളെ recruit ചെയ്ത് നിയമിക്കാൻ സഹായിക്കും.

- ടീമിലെ ഓരോ അംഗങ്ങളെയും തിരഞ്ഞെടുക്കുമ്പോൾ ആലോചിച്ച് തീരുമാനം എടുക്കുക. ശമ്പളത്തിന് വേണ്ടി (അല്ലെങ്കിൽ സർട്ടിഫിക്കറ്റ്) മാത്രം ജോലി ചെയ്യുന്നവർക്കു പകരം നിങ്ങളുടെ സംരംഭത്തിനെ "വളർത്തിയെടുക്കാൻ" സന്നദ്ധതയുള്ളവരെ ടീമിൽ എടുക്കുക.

- ഓരോ ജോലികളായി ടീം അംഗങ്ങൾക്ക് നൽകുക. അത് ചെയ്യാനുള്ള ട്രെയിനിങ് അവർക്കു നൽകാൻ സമയം കണ്ടെത്തുക. തുടക്കത്തിൽ ഇതിനായി സമയം ചിലവഴിച്ചാൽ, ജോലി ചെയ്ത ശേഷം വരുന്ന മാറ്റങ്ങളും തെറ്റുകളും തിരുത്താൻ എടുക്കുന്ന സമയം കുറഞ്ഞുകിട്ടും. നിങ്ങൾ പ്രതീക്ഷിക്കുന്ന രീതിയിൽ അവർക്ക് ചെയ്യാനാവുന്നതുവരെ, അതിൽ സംഭവിക്കാവുന്ന പ്രശ്നങ്ങൾ അവർക്കു സ്വയം പരിഹരിക്കാൻ ആകുന്നതു വരെ അവർക്ക് മാർഗനിർദേശം നൽകുക (ഒരു ഹിറ്റ്‌ലർ ആവാതെ സൂക്ഷിക്കുക!)

- ഓരോരുത്തരുടെയും ജോലിയുടെ പ്രാധാന്യവും, കൂട്ടായി പ്രവർത്തിക്കുന്നതിന്റെ ഫലങ്ങളും, അവരുടെ സംഭാവന എങ്ങനെ നിങ്ങളുടെ സംരംഭത്തെ സ്വാധീനിക്കുന്നു എന്ന "big picture" കാഴ്ചപ്പാടും അവർക്കു നൽകേണ്ടത് നിങ്ങളുടെ ചുമതലയാണ്. തങ്ങൾ ഒരു മഹത് സംരംഭത്തിന്റെ ഭാഗമാണ് എന്ന പ്രചോദനം നിങ്ങളുടെ ടീമിനെ കൂടുതൽ ശക്തിപ്പെടുത്തും, productivity അഥവാ ഉത്പാദനക്ഷമത വർദ്ധിപ്പിക്കും.

- അങ്ങനെ ഓരോ ജോലിയായി "ഡെലിഗേറ്റ്" ചെയ്തു തുടങ്ങുമ്പോൾ, നിങ്ങൾക്ക് സാവധാനം കാര്യങ്ങൾ എളുപ്പമാകുന്നത് കാണാനാകും. ബിസിനസ്സ് വളർന്നാൽ ടീം അംഗങ്ങളും കൂടെ വളരും എന്ന ആശയം അവരിലേക്ക് എത്തിക്കാനായാൽ നിങ്ങൾ ഒരു നല്ല ലീഡർ ആയിക്കഴിഞ്ഞു

!

നല്ലൊരു ടീം ഉണ്ടാക്കിക്കഴിഞ്ഞാൽ ബിസിനസ്സിന്റെ ദൈനംദിന പ്രവർത്തനങ്ങളിൽ അടിയന്തിരവും എന്നാൽ നിസ്സാരവുമായ കാര്യങ്ങൾ പരിഹരിക്കുന്നതിനുപകരം കമ്പനിയുടെ ദീർഘകാല കാഴ്ചപ്പാടിലും വളർച്ചയിലും നിങ്ങൾക്ക് ശ്രദ്ധ കേന്ദ്രീകരിക്കാനാകും എന്നതാണ് ഏറ്റവും പ്രധാനപ്പെട്ട സത്യം.

മുണ്ട് മടക്കിക്കുത്തി അല്ലെങ്കിൽ ഷാൾ ഇടുപ്പിൽ കെട്ടി 'കളത്തിലേക്ക് ഇറങ്ങി' ജോലിയെടുക്കാൻ മടിയില്ലാത്തവരെയാണ് ഒരു നല്ല സംരംഭത്തിന് ആവശ്യം. "ഇത് എന്റെ ജോലിയല്ല; ഇത് എന്റെ യോഗ്യതയ്ക്ക് ചേർന്നതല്ല" എന്ന ego അഹന്താനിഷ്ഠമായ മനോഭാവങ്ങൾ ഉള്ള ജീവനക്കാർ നിങ്ങൾക്ക് ദീർഘകാലം ഗുണം ചെയ്യില്ല. നല്ലൊരു തൊഴിൽ സംസ്കാരവും, സ്ഥാപന മൂല്യങ്ങളും വളർത്തിയെടുക്കാൻ നിങ്ങൾ നേതൃത്വം വഹിക്കണം. ഏത് പ്രതികൂല സാഹചര്യത്തിലും കൂടെ നിന്ന് പൊരുതാനും, ആവശ്യമെങ്കിൽ ത്യാഗങ്ങൾ ചെയ്യാനും (ശമ്പളം കട്ട്, ഓവർടൈം ജോലി) ജീവനക്കാരെ സന്നദ്ധരാക്കാൻ നിങ്ങൾക്ക് കഴിയണം.

വാൽക്കഷ്ണം : നിങ്ങളുടെ ബിസിനസ്സിന്റെ ലക്ഷ്യം തനിക്കുവേണ്ടി (മാത്രം) സ്വാതന്ത്ര്യവും സമ്പത്തും കെട്ടിപ്പടുക്കുക എന്നതാണെങ്കിൽ ഇത്തരത്തിലുള്ള ഒരു ടീമിനെ വളർത്തിയെടുക്കാൻ പ്രയാസമായിരിക്കും. സമൂഹത്തിൽ മാറ്റം കൊണ്ടുവരാൻ കഴിയുന്ന, അല്ലെങ്കിൽ സ്വാധീനം ചെലുത്താൻ കഴിയുന്ന ഒരു ലക്ഷ്യവും കാഴ്ചപ്പാടും ഉള്ള സംരംഭങ്ങളിലേക്ക് നല്ല ഉദ്യോഗാർത്ഥികൾ താനേ ആകർഷിക്കപ്പെടും...

## 4. കുടുംബ ബന്ധങ്ങളും ഉറ്റവരുടെ പിന്തുണയും

സംരംഭകർക്ക് തൊഴിൽ-ജീവിത ബാലൻസ് എന്നൊന്നില്ല, കാരണം ഞങ്ങൾക്ക് ജോലി തന്നെയാണ് അവർക്ക് ജീവിതം. നിങ്ങളുടെ ജീവിതപങ്കാളി അങ്ങേയറ്റം ക്ഷമയോടെ പിന്തുണ നൽകുകയും ഒരു സംരംഭകന്റെ / സംരംഭകയുടെ മാനസികാവസ്ഥയെക്കുറിച്ച് മനസ്സിലാക്കുകയും ചെയ്യുന്നുവെങ്കിൽ നല്ലത്. അല്ലെങ്കിൽ, ജോലിയ്ക്കും വീട്ടുകാര്യങ്ങൾക്കും ഇടയിൽപ്പെട്ടു നിങ്ങൾ വിഷമിച്ചേക്കാം. പല സംരംഭകർക്കും കുടുംബ ബന്ധങ്ങൾ, ചുമതലകൾ എന്നിവ നിറവേറ്റുന്നത് ഒരു വെല്ലുവിളിയാണ്; പ്രത്യേകിച്ചും കുടുംബാംഗങ്ങളുമായി സമയം ചിലവഴിക്കാൻ അവർക്ക് പലപ്പോഴും ബുദ്ധിമുട്ടാണ്. (അപ്രതീക്ഷിതമായി വരുന്ന കോളുകൾ, മീറ്റിംഗുകൾ എന്നിവ

ഉദാഹരണം)

ഇത് കൂടാതെ, സംരംഭകരുടെ മനസ്സ് എപ്പോഴും ചിന്തകളിൽ മുഴുകിയിരിക്കുന്നത് സ്വാഭാവികമാണ്. പുതിയ ആശയങ്ങൾ, ആവേശത്തോടെ പ്രാവർത്തികമാക്കാനുള്ള പ്ലാനുകൾ, ചെയ്യേണ്ട കാര്യങ്ങൾ, ഭാവിയെക്കുറിച്ചുള്ള ഉത്കണ്ഠ എന്നിവ നിരന്തരം ഓടിക്കൊണ്ടിരിക്കുന്ന മനസ്സായിരിക്കും അവരുടേത്. (ഫോണിലെ ബാക്ക്ഗ്രൗണ്ടിൽ പ്രവർത്തിച്ചുകൊണ്ടേയിരിക്കുന്ന ആപ്പുകൾ പോലെ!) ഇത് മനസ്സിലാക്കാനും പൊരുത്തപ്പെടാനും പങ്കാളിയ്ക്ക് കഴിയുന്നില്ലെങ്കിൽ അത് സംരംഭകത്വത്തെ ദോഷകരമായി ബാധിക്കും; ദാമ്പത്യജീവിതത്തെ ബാധിക്കും; കുട്ടികളുടെ കാര്യങ്ങൾ കൂടിയാവുമ്പോൾ ഇത് കൂടുതൽ വഷളാകാനുള്ള സാധ്യതകളുണ്ട്...

മറ്റൊരു പ്രധാന വെല്ലുവിളി സാമ്പത്തിക പ്രതിസന്ധികൾ നേരിടാനും തരണം ചെയ്യാനും നിങ്ങളുടെ കുടുംബം എത്രത്തോളം സജ്ജമാണ് എന്നതാണ്. പങ്കാളി 9 - 5 ജോലിയ്ക്ക് പോയി സ്ഥിരവരുമാനം കൊണ്ടുവരുന്ന സാഹചര്യമാണ് ഏറ്റവും ഉത്തമം; ഇല്ലെങ്കിൽ അത്യാവശ്യ സന്ദർഭങ്ങളിൽ എടുക്കാവുന്ന രീതിയിൽ കുറച്ചു പണം FD യിലോ മറ്റോ സമാഹരിച്ചു സൂക്ഷിക്കുക. കഴിയുന്നത്ര വായ്പകൾ (House loan പോലുള്ളവ), മറ്റു കടബാധ്യതകൾ എന്നിവ അടച്ചുതീർക്കുക.

ഒന്നുകിൽ അങ്ങേയറ്റം പിന്തുണ നൽകുന്ന പങ്കാളിയെ കണ്ടെത്തുക അല്ലെങ്കിൽ സംരംഭം വിജയിച്ച് നല്ല സാമ്പത്തിക നിലയിൽ ആയതിനുശേഷം വിവാഹം ചെയ്യുക. വിവാഹിതർ പങ്കാളിയുമായി തുറന്നു സംസാരിച്ച്, നന്നായി ആലോചിച്ചു തീരുമാനിച്ചശേഷം സംരംഭത്തിലേക്കു ഇറങ്ങുക. എന്താണ് പ്രതീക്ഷിക്കേണ്ടത് എന്ന് നിങ്ങളുടെ പങ്കാളിയ്ക്ക് കൃത്യമായ അറിവുണ്ടെന്ന് ഉറപ്പുവരുത്തുക. വീട്ടിലെ ആവശ്യങ്ങൾക്കും കുട്ടികളുടെ പഠനച്ചിലവിനും കഴിവതും തടസ്സം വരാതെ നോക്കണം - കുടുംബ ബന്ധങ്ങൾ ശിഥിലമാകുന്നത് കാശിന്റെ പ്രശ്നങ്ങൾ തുടങ്ങുമ്പോഴാണ് എന്ന് പ്രത്യേകം പറയേണ്ടതില്ലല്ലോ !

വാൽക്കഷ്ണം: ഭർത്താവിന്റെ സംരംഭത്തിന് കൈത്താങ്ങ് ആകുവാനായി വീട്ടിലെ ചിലവുകൾ കൈകാര്യം ചെയ്യാൻ രണ്ടു ജോലികൾ ഏറ്റെടുത്ത്, ആഴ്ചയിൽ ഏഴു ദിവസവും ജോലി ചെയ്ത ഒരാളാണ് ഞാൻ. പബ്ലിക് ട്രാൻസ്പോർട്ടിൽ യാത്ര ചെയ്യുന്ന ചെലവ് പോലും മിച്ചപ്പെടുത്താനായി ഓഫീസിലെ ജോലി കഴിഞ്ഞു വീട്ടിലേക്ക് 6 - 8 കിലോമീറ്റർ നടന്നിട്ടുണ്ട്. കയ്യിലും കാതിലും കിടന്ന ഓരോ തരി സ്വർണവും മനസ്സില്ലാ മനസ്സോടെ ആണെങ്കിലും ഊരിക്കൊടുത്തിട്ടുണ്ട്. വർദ്ധിച്ചുവരുന്ന കടങ്ങൾ വീട്ടാനായി ആകെയുണ്ടായിരുന്ന 6 സെന്റ് പുരയിടം വിറ്റിട്ടുണ്ട്. പലചരക്കു കടയിലും

സ്കൂൾ വാനിലും എല്ലാം കടം പറഞ്ഞിട്ടുണ്ട്. ഫ്രിഡ്ജ് മുതൽ കൊച്ചിന്റെ കളിസൈക്കിൾ വരെ മറിച്ചു വിൽക്കേണ്ടി വന്നിട്ടുണ്ട്. കാശിന്റെ പേരുപറഞ്ഞു ഞങ്ങൾ വഴക്കിടാത്ത നാളുകളില്ല; സിഗരറ്റിന് വരെ കണക്കു പറഞ്ഞ് വഴക്കിട്ട നിമിഷങ്ങൾ.... ഇന്നോർക്കുമ്പോൾ അത്ഭുതമാണ് - എങ്ങനെ അതൊക്കെ തരണം ചെയ്തു എന്നത് ! പക്ഷേ അതിൽ പശ്ചാത്താപമുണ്ടോ എന്ന് ചോദിച്ചാൽ "തീർച്ചയായും ഇല്ല!" കാരണം ആ അനുഭവങ്ങൾ തന്നെയാണ് സ്വന്തം കാലിൽ നിൽക്കാൻ പ്രേരിപ്പിച്ചതും , മനസ്സിനെ കരുത്തുറ്റതാക്കിയതും.

## 5. പണമൊഴുക്കും വരവ് ചെലവുകളും

ഒരു സംരംഭം തുടങ്ങുമ്പോൾ കുഞ്ഞിനെപ്പോലെയാണ്.... കുറച്ചുനാൾ കഴിയുമ്പോൾ നിർബന്ധം പിടിക്കുന്ന കുട്ടിയായി വളരും; ശരിയായി നിയന്ത്രിച്ചില്ലെങ്കിൽ മെരുക്കാൻ പറ്റാത്ത അച്ചടക്കമില്ലാത്ത തലതെറിച്ച "ശല്യമായി" അത് മാറും !

ബിസിനെസ്സിന് നാം ഭക്ഷണമായി കൊടുക്കുന്നത് (Input) മൂലധനം, മനുഷ്യാദ്ധ്വാനം, ഏകാഗ്രത, സർഗ്ഗാത്മകത, ടീം വർക്ക് എന്നിങ്ങനെ പല കാര്യങ്ങളാണ്. വരുമാനവും ലാഭവുമാണ് നമുക്ക് ഇതിനു കിട്ടുന്ന ഫലം (Output).

ഒരു ചെറുകിട ബിസിനസ്സ് നടത്താൻ കുറഞ്ഞ പ്രയത്നം മതിയാകും. ഇൻപുട്ട് കൊടുക്കുന്നതിനേക്കാൾ വളരെയധികമായി ഔട്ട്പുട്ട് തരാനും ഒരു ചെറുകിട ബിസിനസ്സിന് കഴിയും. എന്നാൽ ബിസിനസ് വിപുലീകരിക്കാൻ ശ്രമിക്കുമ്പോഴാണ് (Scale-up) ഏറെ ശ്രദ്ധിക്കേണ്ടത്. നിങ്ങൾക്ക് കൂടുതൽ ഔട്ട്പുട്ട് വേണമെങ്കിൽ, ഇൻപുട്ട് വർദ്ധിപ്പിക്കുക എന്നതാണ് സ്വാഭാവിക പ്രവണത. എന്നാൽ ഇവിടെ പലർക്കും വീഴ്ച പറ്റാറുണ്ട്. സമനില പാലിച്ചുകൊണ്ട് ഔട്ട്പുട്ട് കൂട്ടാൻ ഒരു ബിസിനെസ്സിന് വർഷങ്ങൾ എടുത്തേക്കാം. ദീർഘകാലത്തേക്ക് ഇൻപുട്ടിനേക്കാൾ ഔട്ട്പുട്ട് കുറവായിരിക്കുമ്പോൾ, ബിസിനസ്സ് വിജയമല്ല എന്ന ആശങ്കയുണ്ടാകാം. അപ്പോഴാണ് മിക്ക സംരംഭകരും ബാഹ്യസ്രോതസ്സുകളിൽ നിന്ന് മൂലധനം അന്വേഷിക്കുന്നത്. അങ്ങനെ പെട്ടെന്ന് ഒരു വലിയ ഇൻപുട്ട് കൊടുക്കുന്നത്, ഒരു കുഞ്ഞിന് അമിതമായി ഭക്ഷണം നൽകുന്നത് പോലെയാണ്. മൂലധനം ഇരുതല മൂർച്ചയുള്ള വാളാണ്. ഇൻപുട്ട് കുറച്ചുകുറച്ചായി കൂട്ടുന്നതും ബിസിനെസ്സിന് സ്ഥിരത നിലനിർത്താനുള്ള സമയം കൊടുക്കുന്നതും പ്രയാസകരമാണ്; പക്ഷെ പ്രധാനപ്പെട്ടതുമാണ്.

ക്ഷമയും അനുഭവപരിചയവും തന്നെയാണ് പണമൊഴുക്ക് നിയന്ത്രിച്ചു കൊണ്ടുപോകാനുള്ള ഏക മാർഗം. എടുത്തുചാടി പ്രാരംഭ ഘട്ടത്തിൽ തന്നെ വളരെയധികം ഇൻപുട്ട് നൽകിയാൽ, ചിലപ്പോൾ ബിസിനസ്സ് തന്നെ തകർന്നുവെന്നിരിക്കാം. നിർഭാഗ്യവശാൽ, ഇത് അനുഭവത്തിലൂടെയേ പഠിക്കാൻ പറ്റൂ. പ്രത്യേകിച്ചും ആദ്യ-തലമുറ-സംരംഭകർ ഈ അപകടത്തിലേക്ക് വീഴാതിരിക്കാൻ ശ്രദ്ധിക്കേണ്ടതാണ്.

മലയാളത്തിലെ പഴഞ്ചൊല്ല് ഓർക്കുക:

*"ഇരുന്നിട്ടേ കാല് നീട്ടാവൂ!"*

# മഹദ് വചനങ്ങൾ - മഹാരുഖ് ടി റുസ്തോംജി

മഹാരുഖ് ടി റുസ്തോംജീ
ഇന്ത്യൻ തുടർ സംരംഭക
വൈ അമതേരാസു ലൈഫ് സയൻസസ് സ്ഥാപക

# 5

# ബിസിനെസ്സുകൾ പരാജയപ്പെടുന്നതിന് കാരണങ്ങൾ എന്തെല്ലാം?

ഓരോ മാസവും 500,000-ത്തിലധികം ബിസിനസുകൾ ആരംഭിക്കുന്നു എന്നാണ് ഫോർബ്സ് കണക്കുകൾ കാണിക്കുന്നത്. ഇതിൽ പലതും തെറ്റായ രീതിയിൽ അല്ലെങ്കിൽ തെറ്റായ കാരണങ്ങൾക്കാണ് ആരംഭിക്കുന്നത്. മതിയായ പ്രവർത്തന മൂലധനമില്ലാതെ ഒരു ബിസിനസ്സ് ആരംഭിക്കുന്നത് മിക്കവാറും മരണമണിയാണ്. ശരിയായ ആസൂത്രണത്തിന്റെ അഭാവമാണ് ചെറുകിട കമ്പനികൾ പരാജയപ്പെടുന്നതിന് മറ്റൊരു പ്രധാന കാരണം.

ഒരു ചെറുകിട ബിസിനസ്സ് വികസിപ്പിക്കുന്നതിൽ സാധാരണയായി സംരംഭകർ നേരിടുന്ന ചില പ്രശ്നങ്ങൾ ഇവയൊക്കെയാണ്:

- പരിമിതമായ മൂലധനം;
- കാര്യക്ഷമമമല്ലാത്ത മാനേജ്മെന്റ്;
- വിപുലീകരണത്തിൽ പരിമിതി;
- പരിധിയില്ലാത്ത കടം, മറ്റ് ബാധ്യതകൾ;
- അനുഭവത്തിന്റെ അഭാവം;
- പരിശീലനത്തിന്റെ അഭാവം;
- കൂടുതൽ മത്സരം (മാർക്കെറ്റിൽ);
- അസംസ്കൃത വസ്തുക്കളുടെ ദൗർലഭ്യം;
- ശരിയായ പ്രവർത്തന പദ്ധതിയുടെ അഭാവം;
- ജോലികൾ ശരിയായി ഏകോപിപ്പിക്കാത്തതിന്റെ പ്രശ്നം;
- ശരിയായ മാർക്കറ്റിംഗ് ന്റെ അഭാവം;

- വായ്പ ലഭിക്കുന്നതിനുള്ള പ്രശ്നം;

- അപ്രതീക്ഷിതമായ പിരിച്ചുവിടല്‍.

- പ്രതീക്ഷിക്കാത്ത തിരിച്ചടികള്‍, സാഹചര്യങ്ങള്‍ (ഉദാ. ലോക്ക് ഡൗണ്‍)

# മഹദ് വചനങ്ങൾ - യതിൻ ഹൻസ്

സംരംഭകത്വം ഒരു ഡ്രാഗൺറെ പുറത്ത് പോകുന്നത് പോലെയാണ് - നിങ്ങൾക്ക് സങ്കൽപ്പിക്കാൻ കഴിയുന്നതിലും കൂടുതൽ ഉയർച്ച താഴ്ചകൾ ഉണ്ട്. എന്നാൽ വഴിയിലെ ഓരോ വെല്ലുവിളിയും നിങ്ങളെ ശക്തനാക്കുകയേ ഉള്ളൂ, ഓരോ പരാജയവും പുതിയ പഠനങ്ങൾ മാത്രമേ നൽകുന്നുള്ളൂ.

യതിൻ ഹൻസ്
ഇന്ത്യൻ യുവ സംരംഭകൻ
ബിഗ് സ്മാൾ സഹസ്ഥാപകൻ

# 6

# സംരംഭകജീവിതം - ഒരു നേർക്കാഴ്ച്ച

എന്റെ കാഴ്ചപ്പാടിൽ സംരംഭകരുടെ ജീവിതത്തെ പരിപൂർണമായി പ്രതിഫലിപ്പിക്കുന്ന, എനിക്കേറ്റവും പ്രിയപ്പെട്ട ഒരു ചിത്രമാണ് താഴെ....

*"സമുദ്രത്തിൽ ഒഴുകുന്ന ഒരു ഹിമക്കുന്ന് (Iceberg)"*

ചിത്രത്തിന് കടപ്പാട്: സീൽ മീഡിയ ഇൻക്

മറ്റുള്ളവർ കാണുന്നത് വിജയകരമായ ഒരു ജീവിതവും നേട്ടങ്ങളുമാണ് - ശാന്തമായ ചുറ്റുപാടിലെ ഒരു ചെറിയ കുന്നിന്റെ അഗ്രം മാത്രം. ഇത് പക്ഷെ വാസ്തവത്തിൽ 1 / 4 ഭാഗം മാത്രമാണ് !!

മിക്കവരും കാണാതെ പോകുന്നത്, ഉപരിതലത്തിന് താഴെയുള്ള ശക്തമായ ഒഴുക്കുകളും കുന്നിന്റെ ഭീമാകാരമായ വ്യാപ്തിയുമാണ്. അതാണ് യഥാർത്ഥ സത്യം - ത്യാഗങ്ങൾ, നിരാശ, തിരിച്ചടികൾ, കഷ്ടപ്പാടുകൾ, പ്രതിസന്ധികൾ, കഠിനാധ്വാനം, തോൽവികൾ, നഷ്ടങ്ങൾ അങ്ങനെ നൂറുകണക്കിനുള്ള ഘടകങ്ങൾ - മറ്റുള്ളവർ കാണുന്ന വിജയത്തിലേക്ക് നയിച്ച ശക്തമായ അടിത്തറ.

# മഹദ് വചനങ്ങൾ – നൈയ്യ സാഗി

> സംരംഭകത്വം നിങ്ങളെ നിരാശയുടെ ഇരുണ്ട ആഴങ്ങളിലേക്ക് കൊണ്ടുപോകും. ഇത് ഹൃദയഭേദകമാണ്, പക്ഷേ നിങ്ങൾ അതിനായി ഒരുങ്ങിപ്പുറപ്പെട്ടതാണെന്ന് ഓർക്കുക, അതിനാൽ അത് ആസ്വദിക്കുക. ഗൗരവം കളയുക. ഓരോ നിമിഷവും ഉയർച്ച താഴ്ചകളും ആസ്വദിക്കുക. ഇരുണ്ട ദിനങ്ങൾ വരുമ്പോൾ, അതിലൂടെയും പുഞ്ചിരിക്കുക.

നൈയ്യ സാഗി
ഇന്ത്യൻ യുവ സംരംഭക
ബേബിചക്ര സ്ഥാപക,
ഗുഡ് ഗ്ലാം ഗ്രൂപ്പ് സഹസ്ഥാപക

# 7

## സംരംഭക മനോഭാവം VS തൊഴിലാളി മനോഭാവം

ചിന്താഗതി, വിശ്വാസങ്ങൾ, ലോകത്തെ വീക്ഷിക്കുന്ന കാഴ്ച്ചപ്പാട് എന്നിവ ചേർന്നതാണ് മനോഭാവം. തൊഴിലാളികൾക്ക് (ഭൂരിപക്ഷം ആൾക്കാർക്ക്) കൂടുതൽ പണം സമ്പാദിക്കണമെങ്കിൽ, അവർ ബയോഡാറ്റ പുതുക്കും, അല്ലെങ്കിൽ കൂടുതൽ ശമ്പളമുള്ള ജോലി തേടിപ്പോകും. ജീവിതത്തിൽ "സേഫ്റ്റി" അതായത് സുരക്ഷിതത്വവും ഭദ്രതയുമാണ് അവർക്ക് പ്രധാനം; എല്ലാമാസവും ഒന്നാം തീയതി വരുന്ന ശമ്പളം ഇതിൽ പ്രധാനപ്പെട്ടതാണ്. 9 മുതൽ 5 വരെ ജോലി, പിന്നെ വിശ്രമം, ഞായറാഴ്ച്ച അവധി ദിനങ്ങൾ ഉല്ലാസത്തിന് എന്നതാണ് അവരുടെ ജീവിതരീതി.

എന്നാൽ സംരംഭകരുടെ പൊതുവായ മനോഭാവം തൊഴിലാളികളുടെ മനോഭാവത്തിൽ നിന്ന് വ്യത്യസ്തമാണ്; വ്യത്യസ്തം ആവേണ്ടതാണ്!

### എന്താണ് സംരംഭക മനോഭാവം?

സംരംഭകചിന്താഗതിയുള്ള ഒരാൾ ഒരു ബിസിനസ്സ് ആരംഭിച്ചോ വളർത്തിയോ പണം സമ്പാദിക്കാനുള്ള വഴികൾ തേടും. അതിനുവേണ്ടി ചില റിസ്കുകൾ എടുക്കാനും അവർ മടിക്കില്ല; എത്ര നേരം പണിയെടുക്കേണ്ടി വന്നാലും അവർക്ക് പരാതിയില്ല - കാരണം പഠിക്കാനും വളരാനും പൊരുത്തപ്പെടാനും വിജയിക്കാനുമുള്ള സ്വന്തം കഴിവിൽ അവർ വിശ്വസിക്കുന്നു. തങ്ങളുടെ ജീവിതസാഹചര്യങ്ങൾ മെച്ചപ്പെടുത്താൻ പറ്റുമെന്നും സ്വന്തം ഇഷ്ടത്തിനനുസരിച്ച് ജീവിക്കാൻ സാധിക്കുമെന്നും വിശ്വസിക്കുന്നവരാണ് സംരംഭകർ. പ്രാരംഭ ഘട്ടങ്ങളിൽ കുറച്ചേറെ ത്യാഗങ്ങൾ സഹിക്കേണ്ടി വന്നാലും നല്ലൊരു നാളെയുണ്ടാകും എന്നവർക്കറിയാം.

ശരാശരി തൊഴിലാളികളിൽ നിന്ന് വ്യത്യസ്തമായി ചിന്തിക്കാനും പ്രവർത്തിക്കാനും മനസ്സിലാക്കാനും, ഒരു സംരംഭകത്വ മനോഭാവം നിങ്ങളെ സഹായിക്കും; അത് നിങ്ങളുടെ വിജയത്തിന് അടിത്തറയിടും. ഒറ്റരാത്രികൊണ്ട് ഒരു സംരംഭകത്വ മനോഭാവം നേടാൻ കഴിയില്ല. പക്ഷെ ചില പ്രധാന പെരുമാറ്റ / പ്രവർത്തന രീതികൾ പരിശീലിച്ചാൽ, ബിസിനസ്സ് വിജയത്തിനായി ഒരു നല്ല സംരംഭകമനോഭാവം നിങ്ങൾക്കും വളർത്തിയെടുക്കാം.

## പരിചയസമ്പന്നരായ സംരംഭകർ എങ്ങനെ ചിന്തിക്കുന്നു?

- ഭൂരിപക്ഷം പേരും സ്വീകരിക്കുന്ന പാത സ്വീകരിക്കാത്ത, സ്വതന്ത്ര ചിന്താഗതി പുലർത്തുന്നവരാണ് സംരംഭകർ. അവർ ആൾക്കൂട്ടത്തെ പിന്തുടരുന്നില്ല; മറ്റുള്ളവരെ ഉപദേശിക്കുന്നുമില്ല. പകരം, അവർ സ്വന്തം മനഃസാക്ഷി പറയുന്നത് ശ്രദ്ധിച്ചുകൊണ്ട് സ്വന്തമായ ഒരു പാത വെട്ടിപ്പടുക്കുകയാണ് ചെയ്യുന്നത്. ആപ്പിളിന്റെ സ്ഥാപകൻ സ്റ്റീവ് ജോബ്സ് പറഞ്ഞതുപോലെ, "മറ്റുള്ളവരുടെ അഭിപ്രായങ്ങളുടെ ശബ്ദം നിങ്ങളുടെ ആന്തരിക ശബ്ദത്തെ ഇല്ലാതാക്കാൻ അനുവദിക്കരുത്."

- ഈ സ്വതന്ത്ര ചിന്താഗതി ഉടലെടുക്കുന്നത് പൂർണ്ണ ഉത്തരവാദിത്തം ഏറ്റെടുക്കുന്നതിൽ നിന്നാണ്. തങ്ങളുടെ ജീവിത സാഹചര്യത്തിന് സംരംഭകർ മറ്റുള്ളവരെ കുറ്റപ്പെടുത്തുന്നില്ല. പകരം, അത് മെച്ചപ്പെടുത്തുന്നതിനുള്ള ഉത്തരവാദിത്തം അവർ സ്വയം ഏറ്റെടുക്കുന്നു. പരാജയം ആയാലും വിജയം ആയാലും ജീവിത സാഹചര്യങ്ങൾ ആയാലും - അതിന്റെ ഉത്തരവാദിത്തം ഏറ്റെടുക്കുന്നതിലൂടെ, അത് മെച്ചപ്പെടുത്താൻ നിങ്ങൾ ശക്തി ആർജിക്കുകയാണ് ചെയ്യുന്നത്.

- ഏതൊരു സാഹചര്യവും മെച്ചപ്പെടുത്താനും കൂടുതൽ പണം സമ്പാദിക്കാനും പുതിയ അവസരങ്ങൾ സൃഷ്ടിക്കാനും കഴിയുമെന്ന് സംരംഭകർക്ക് അറിയാം. "നിങ്ങൾ നൽകുന്നത് നിങ്ങൾക്ക് ലഭിക്കും" എന്ന് മനസ്സിലാക്കുന്നവരുമാണ്. അതിനാൽ അവർ പണമായാലും അറിവായാലും വേണ്ടുവോളം എല്ലാവർക്കും കൊടുക്കുന്നു.

- സംരംഭക ചിന്താഗതിക്കാർ ലക്ഷ്യബോധമുള്ളവരാണ്.അവർക്ക് ആഗ്രഹങ്ങളും സ്വപ്നങ്ങളും ഇല്ല - പകരം ലക്ഷ്യങ്ങളും പദ്ധതികളുമാണ്

അവർക്കുള്ളത്. നിങ്ങളുടെ സംരംഭക ലക്ഷ്യങ്ങൾ ഇപ്പോഴും "സ്മാർട്ട്" ആയിരിക്കാൻ ശ്രദ്ധിക്കുക :

S - Specific (വ്യക്തതയുള്ളത്)

M - Measurable (അളക്കാവുന്നത്)

A - Attainable (സാദ്ധ്യമായത്)

R - Relevant (ഉചിതമായത്)

T - Time-sensitive (സമയബന്ധിതമായത്)

- സംരംഭകർ പരാജയത്തെ ഭയപ്പെടുന്നില്ല - അവർ അതിനെ ഉൾക്കൊള്ളുന്നു; സ്വീകരിക്കുന്നു. ഓരോ "പരാജയവും" നിങ്ങളെ വിജയത്തിലേക്ക് അടുപ്പിക്കാൻ സഹായിക്കുന്ന, പഠിക്കാനുള്ള ഒരു ചവിട്ടുപടിയാണ്. ലൈറ്റ് ബൾബ് കണ്ടുപിടിച്ച തോമസ് ആൽവാ എഡിസൺ പറഞ്ഞതുപോലെ, "ഞാൻ പരാജയപ്പെട്ടിട്ടില്ല. പ്രവർത്തിക്കാത്ത 10,000 വഴികൾ കണ്ടെത്തുകയാണ് ഞാൻ ചെയ്തത്". ഒരു കാര്യത്തിൽ പരാജയപ്പെട്ടാൽ, നിങ്ങൾ ഒരു പരാജയമാണെന്നല്ല അതിനർത്ഥം! നിങ്ങൾ പ്രതീക്ഷിച്ചതുപോലെ സംഭവിച്ചില്ല, അതിനാൽ നിങ്ങൾ വീണ്ടും ശ്രമിക്കണം എന്നേ അതിനർത്ഥമുള്ളൂ.

- രണ്ടുതരം മനോഭാവമാണ് ആൾക്കാരിൽ സാധാരണയായി കണ്ടുവരുന്നത് - സ്ഥിരവും വളർച്ച അടിസ്ഥാനമാക്കിയുള്ളതും. സ്ഥിരമായ ചിന്താഗതിയുള്ളവരാണ് ഭൂരിപക്ഷം പേരും - തനിക്ക് മാറാൻ കഴിയില്ലെന്നും തന്റെ സ്വഭാവ ഏറെക്കുറെ ശാശ്വതം ആണെന്നും വിശ്വസിക്കുന്നവരാണിവർ. എന്നാൽ സംരംഭകരുടെ ചിന്താഗതി വളർച്ചയെ അടിസ്ഥാനമാക്കിയുള്ളതാണ്. മറ്റുള്ളവരുമായുള്ള ഇടപഴകലിലൂടെ വളരാനും പുതിയ കാര്യങ്ങൾ പഠിക്കാനും പുതിയ കഴിവുകൾ വികസിപ്പിക്കാനും കഴിയുമെന്ന് സംരംഭകർ വിശ്വസിക്കുന്നു. സ്ഥിരമായ പരിശ്രമത്തിലൂടെ ആഗ്രഹിക്കുന്ന രീതിയിലുള്ള മനുഷ്യൻ ആവാൻ കഴിയുമെന്ന് അവർ വിശ്വസിക്കുന്നു. വ്യക്തിഗത വളർച്ച വിജയം സൃഷ്ടിക്കുന്നു. അതിനാൽ, സ്വയം മെച്ചപ്പെടുത്താൻ ശ്രമിക്കുന്നത് തുടരുക.

- നല്ല സംരംഭകർ "കൂൾ" ആവാൻ ശ്രമിക്കുന്നില്ല! സ്വന്തം വില അറിയുന്നത് നല്ലതാണ് എങ്കിലും വിനയം ഒരിക്കലും കൈവിടരുത്. അഭിപ്രായങ്ങൾ

തേടുക, ഫീഡ് ബാക്കിൽ നിന്ന് പഠിക്കുക. നിരന്തം സ്വയം മെച്ചപ്പെടുത്തിക്കൊണ്ടേയിരിക്കുക.

- സോഷ്യൽ മീഡിയ, നെറ്റ്ഫ്ലിക്സ്, ഗെയിമിംഗ്, സുഹൃത്തുക്കളുമായി സമയം ചിലവഴിക്കൽ, മറ്റ് വിനോദങ്ങൾ എന്നിവയ്ക്കായി ഭൂരിപക്ഷം പേരും തങ്ങളുടെ ഒഴിവു സമയം ചെലവഴിക്കുന്നു. എന്നാൽ സംരംഭകർ പഠനത്തിലും വികസനത്തിലും ശ്രദ്ധാലുക്കളാണ്. ഉദാഹരണത്തിന്: ടിവി കാണുന്നതിനുപകരം, ഒരു ഓൺലൈൻ കോഴ്സ് എടുക്കാം. ഗെയിമിംഗിന് പകരം, സെയിൽസ് ഫണൽ ട്വീക്ക് ചെയ്യാൻ സമയം ചെലവഴിക്കാം. സോഷ്യൽ മീഡിയയിലൂടെ ലക്ഷ്യമില്ലാതെ സ്ക്രോൾ ചെയ്യുന്നതിനുപകരം, ബിസിനസ്സ് പുസ്തകങ്ങൾ വായിക്കാം അല്ലെങ്കിൽ മോട്ടിവേഷൻ വിഡിയോകൾ കാണാം.

- വലിയ ലക്ഷ്യങ്ങൾ കൈവരിക്കാൻ സമയമെടുക്കുമെന്ന് വിജയിച്ച സംരംഭകർക്ക് അറിയാം. പ്രശസ്ത ശതകോടീശ്വര നിക്ഷേപകൻ വാറൻ ബഫറ്റ് പറയുന്നത്, "പണ്ട് ആരോ ഒരു മരം നട്ടതിനാലാണ് ഇന്ന് നമ്മൾ തണലിൽ ഇരിക്കുന്നത്." എന്നാണ്.

- ഒരു സംരംഭകനെപ്പോലെ എങ്ങനെ ചിന്തിക്കണമെന്ന് നിങ്ങൾ പഠിക്കണമെങ്കിൽ, ലക്ഷ്യത്തിൽ നിന്ന് ആരംഭിച്ച് പിന്നോട്ട് പ്രവർത്തിക്കുക. അതായത് റിവേഴ്സ് എഞ്ചിനീയറിംഗ്. മറ്റൊരു വിധത്തിൽ പറഞ്ഞാൽ, "എനിക്ക് ഇത് വേണമെങ്കിൽ, ഞാൻ അത് ചെയ്യണം. പക്ഷെ അത് ചെയ്യാൻ, എനിക്ക് ഇത് ചെയ്യണം" അങ്ങനെ എല്ലാ കാര്യങ്ങളും ആലോചിച്ച് മനസ്സിലാക്കുക. സംരംഭകർ തങ്ങളുടെ ജോലി നിർത്താതെ തുടരണം; വരുമാനത്തിന്റെ കാര്യത്തിൽ ക്ഷമ കാണിക്കണം - കാരണം മന്ദഗതിയിലാണെങ്കിലും സ്ഥിരതയോടെ ചലിച്ചാൽ ഏതു മുയലിനെയും ആമയ്ക്ക് തോൽപ്പിക്കാനാകും.

- നമ്മുടെ പരിമിതികൾ അംഗീകരിക്കുക. ഇഷ്ടപ്പെടാത്ത പലതും ഉണ്ടെങ്കിലും സ്വയം വെറുക്കാതിരിക്കുക. ഇതിനു വേണ്ടി ഒരു വളർച്ചാ മനോഭാവം വളർത്തിയെടുക്കുക. എപ്പോഴും മെച്ചപ്പെടുത്താനും നല്ലതിനായി മാറാനും കഴിയുമെന്ന് മനസ്സിലാക്കുക. നിങ്ങൾ ആഗ്രഹിക്കുന്ന വ്യക്തിയാകാൻ ആവേശത്തോടെ പ്രവർത്തിക്കുക.

- നിങ്ങളെ തടഞ്ഞുനിർത്തുന്നത് വേറെ ആരുമല്ല - നിങ്ങൾ തന്നെയാണെന്ന സത്യം തിരിച്ചറിയുക. നിങ്ങളുടെ ജീവിതത്തിന്റെ പൂർണ്ണ ഉത്തരവാദിത്തം ഏറ്റെടുക്കുക. നിങ്ങളുടെ ബലവും ബലഹീനതയും ശ്രദ്ധാപൂർവ്വം മനസ്സിലാക്കുക. അത് മെച്ചപ്പെടുത്താനുള്ള ശ്രമങ്ങൾ ചെയ്യുക.

- സംരംഭക പാത വിജനമാണ്; നീണ്ടതുമാണ്. ഈ യാത്രയിൽ നിങ്ങൾക്ക് ഒരു കൂട്ട് ഉണ്ടെങ്കിൽ നല്ലതാണ്. മികച്ച സംരംഭങ്ങൾക്ക് ഏറ്റവും ആവശ്യമായ ഒന്നാണ് ടീം വർക്ക്. ജെഫ് ബെസോസ് ആമസോൺ നിർമ്മിച്ചത് ഒറ്റയ്ക്കല്ല. അതിനാൽ, സംരംഭകരെപ്പോലെ ചിന്തിക്കണമെങ്കിൽ, "ഞാൻ" എന്നതിന് പകരം "ഞങ്ങൾ" എന്ന രീതിയിൽ ചിന്തിക്കണം. ഒരു ആഫ്രിക്കൻ പഴഞ്ചൊല്ലുണ്ട്, "നിങ്ങൾക്ക് വേഗത്തിൽ പോകണമെങ്കിൽ ഒറ്റയ്ക്ക് പോകുക. ബഹുദൂരം പോകണമെങ്കിൽ ഒരുമിച്ച് പോകുക"

- ഒരു ബിസിനസ്സ് ആരംഭിക്കുന്നത് എളുപ്പമല്ല. പ്രശസ്ത മാനേജ്മെന്റ് കൺസൾട്ടന്റ് പീറ്റർ ഡ്രക്കർ പറഞ്ഞതുപോലെ, "നിങ്ങൾ ഒരു വിജയകരമായ ബിസിനസ്സ് കാണുമ്പോഴെല്ലാം (മനസ്സിലാക്കേണ്ടത്) ഒരാൾ ഒരിക്കൽ ധീരമായ ഒരു തീരുമാനമെടുത്തു എന്നതാണ്." എന്നാൽ സംരംഭകർ ഭയപ്പെടുന്നില്ല എന്ന് ഇതിനർത്ഥമില്ല.

- അനിവാര്യമായ ഒരു സംരംഭകത്വ മനോഭാവമാണ് "മാനസികാസ്വസ്ഥതയോട് പൊരുത്തപ്പെടാൻ പഠിക്കുക" എന്നത്. ഇതിന് ഏറെ ധൈര്യം ആവശ്യമാണ്. നിങ്ങളുടെ കംഫർട്ട് സോണിനപ്പുറത്തേക്ക് നീങ്ങിയാലേ വളർച്ചയും വികാസവും ലഭിക്കുകയുള്ളൂ. അതിനാൽ, ഒരു സംരംഭകത്വ മനോഭാവം വളർത്തിയെടുക്കുമ്പോൾ, അസ്വസ്ഥമായ സാഹചര്യങ്ങൾ കൈകാര്യം ചെയ്യുന്നത് പരിശീലിക്കുക. ഉദാഹരണത്തിന് നിരസിക്കപ്പെടുന്ന സാഹചര്യങ്ങൾ നമ്മെ തളർത്താനുള്ള സാധ്യതയുണ്ട്. അങ്ങനെയുള്ള സന്ദർഭങ്ങളിൽ പാലിക്കേണ്ട സമചിത്തത ശീലിക്കുക.

- സംരംഭകർക്ക് വലിയ ലക്ഷ്യങ്ങളുണ്ട്. എല്ലാം പൂർണമായി അറിഞ്ഞതിന് മാത്രമേ ചെയ്യുള്ളൂ എന്ന് വിചാരിക്കുന്നത് അസാധ്യമാണെന്ന് അവർക്കറിയാം. പുതിയ സംഭവവികാസങ്ങളുമായി പൊരുത്തപ്പെടാൻ കഴിയുമെന്ന ധൈര്യവും അറിവും അവർക്കുണ്ടായിരിക്കണം. ഉദാഹരണത്തിന്, നിങ്ങളുടെ ആദ്യ ഉൽപ്പന്നം പരാജയപ്പെടുകയാണെങ്കിൽ, മറ്റൊന്ന് പരീക്ഷിക്കുക. നിങ്ങളുടെ

Facebook പരസ്യങ്ങൾ വിൽപ്പന (Sales) സൃഷ്ടിക്കുന്നില്ലെങ്കിൽ, നിങ്ങളുടെ വൈദഗ്ധ്യം വികസിപ്പിക്കുക.

- സംരംഭകർ പ്രശ്നങ്ങൾ അന്വേഷിക്കുകയും അവ പരിഹരിക്കാനുള്ള വഴികൾ തേടുകയും ചെയ്യുന്നു. ഒന്ന് ചിന്തിച്ചാൽ, എല്ലാ ബിസിനസ്സിന്റെയും സാരാംശം ഇതാണ്. ഉദാഹരണത്തിന്, പ്ലംബർമാർ പൊട്ടിയ പൈപ്പുകൾ ശരിയാക്കുന്നു, കാർ നിർമ്മാതാക്കൾ നമ്മളെ യാത്ര ചെയ്യാൻ സഹായിക്കുന്നു. Airbnb-ന്റെ സഹസ്ഥാപകനായ ബ്രയാൻ ചെസ്കി പറഞ്ഞത്, "നമ്മൾ ഒരു നല്ല ആശയത്തെക്കുറിച്ച് ചിന്തിക്കാൻ ശ്രമിച്ചിരുന്നെങ്കിൽ, ഞങ്ങൾക്ക് ഒരു നല്ല ആശയത്തെക്കുറിച്ച് ചിന്തിക്കാൻ കഴിയുമായിരുന്നില്ല. നിങ്ങൾ ചെയ്യേണ്ടത് നിങ്ങളുടെ ജീവിതത്തിലുള്ള പ്രശ്നങ്ങൾക്കുള്ള പരിഹാരം സ്വയം കണ്ടെത്തുക എന്നതാണ്.

- മുന്നോറാനുള്ള ത്വര എന്നത് സംരംഭക മനസ്സിന്റെ ഒരു പ്രധാന ഭാഗമാണ്. സംരംഭകർ സ്വയം പ്രചോദനം കണ്ടെത്തുന്നവരാണ്. അവരുടെ സ്വപ്നങ്ങൾ സാക്ഷാത്കരിക്കാൻ സ്വയം പ്രേരിപ്പിക്കുന്നവർ; അതിനായി കഠിനാധ്വാനം ചെയ്യാൻ മടിക്കാത്തവർ. വരും നാളുകളിൽ തങ്ങൾ നേട്ടങ്ങൾ കൊയ്യുമെന്ന് അവർക്കറിയാം. ലക്ഷ്യങ്ങൾ കൈവരിക്കാൻ പ്രതിജ്ഞാബദ്ധരായ സംരംഭകർ യാത്ര എത്ര തന്നെ കഠിനമാകുമ്പോഴും, അതിൽ തുടരുന്നു - ഉപേക്ഷിക്കുക എന്നത് അവർ ചെയ്യുകയില്ല.

- നല്ല സംരംഭകർ അവരുടെ ലക്ഷ്യങ്ങൾ കൈവരിക്കുന്നതിൽ ശ്രദ്ധ കേന്ദ്രീകരിക്കുന്നു. അവർ ഫോക്കസ് ചെയ്യുന്നു; ചെയ്യേണ്ട ജോലികൾ അവർ ഒരിക്കലും നീട്ടിവെക്കാറില്ല. ഏറ്റവും പ്രധാനപ്പെട്ട ജോലികൾക്ക് അവർ മുൻഗണന നൽകുന്നു. ഓരോ കാര്യവും ചെയ്യുന്നതിന് മുൻപ് സ്വയം ചോദിക്കുക, "എന്റെ ദീർഘകാല ലക്ഷ്യങ്ങൾ കൈവരിക്കാൻ ഇത് എന്നെ സഹായിക്കുമോ?" ഉത്തരം അതെ എന്നാണെങ്കിൽ, "ഇപ്പോൾ ചെയ്യേണ്ട ഏറ്റവും പ്രധാനപ്പെട്ട കാര്യം ഇതാണോ?" എന്ന് ചോദിക്കുക. അതിനും ഉത്തരം "അതേ" എന്നാണെങ്കിൽ മാത്രം അതിന് മുൻഗണന കൊടുക്കുക.

- "സംരംഭകാഭിലാഷി" (സംരംഭകരാകാൻ ആഗ്രഹിക്കുന്നവർ) പുസ്തകങ്ങൾ വായിക്കാനും വീഡിയോകൾ കാണാനും പദ്ധതികൾ തയ്യാറാക്കാനും ഇഷ്ടപ്പെടുന്നു - എന്നാൽ അവർ ഒരിക്കലും ബിസിനസ്സിലേക്കും ജോലിയിലേക്കും ഇറങ്ങുന്നില്ല. എന്നാൽ യഥാർത്ഥ

സംരംഭകർ പ്രവൃത്തിയിൽ വിശ്വസിക്കുന്നു. പ്രവൃത്തിയില്ലാത്ത അറിവ് അർത്ഥശൂന്യമാണെന്ന് അവർക്കറിയാം. സംരംഭകനായ വാൾട്ട് ഡിസ്നി പറഞ്ഞതുപോലെ, "സംസാരിക്കുന്നത് നിർത്തി പ്രവർത്തിക്കാൻ തുടങ്ങുക എന്നതാണ് ആരംഭിക്കാനുള്ള വഴി."

- സംരംഭക മനസ്സ് പെട്ടെന്ന് തീരുമാനങ്ങൾ എടുക്കാൻ പ്രാപ്തിയുള്ളതാവണം. ദിവസേന പലതരം പ്രശ്നങ്ങളെ അഭിമുഖീകരിക്കുകയും നിരവധി തീരുമാനങ്ങൾ എടുക്കുകയും വേണ്ടി വന്നേക്കാം - പലപ്പോഴും പൂർണ്ണ വിവരങ്ങൾ ലഭ്യമല്ലാത്തപ്പോൾ പോലും ! നല്ല സംരംഭകർ ആത്മവിശ്വാസത്തോടെ പെട്ടെന്ന് ഒരു തീരുമാനത്തിലെത്തി പ്രവർത്തിക്കാൻ തുടങ്ങുന്നു. എഴുത്തുകാരൻ ജോഡി പിക്കോൾട്ട് പറഞ്ഞതുപോലെ "ഒരു മോശം പേജ് എഡിറ്റ് ചെയ്യാൻ എപ്പോഴാണെങ്കിലും കഴിയും. എന്നാൽ ശൂന്യമായ ഒരു പേജ് എഡിറ്റുചെയ്യാൻ കഴിയില്ല" - ഇത് നിശ്ചയകാരിയായ (decisive) സംരംഭകർ അറിഞ്ഞിരിക്കേണ്ടതാണ്; പരിശീലിക്കേണ്ടതാണ്.

# മഹദ് വചനങ്ങൾ - ദീപ് കൽറ

ചെറുതായാലും വലുതായാലും, അതൊരു നല്ല ബിസിനസ് ആക്കുക, വൃത്തിയുള്ള ബിസിനസ്സ് ആക്കുക, നിങ്ങൾ അഭിമാനിക്കുന്ന ഒരു ബിസിനസ്സ് ആക്കുക.

ദീപ് കൽറ
ഇന്ത്യൻ സംരംഭകൻ,
മേക്ക് മൈ ട്രിപ്പ് സ്ഥാപകൻ

# 8

# രാജ്യത്തിന്റെ സമ്പദ് വ്യവസ്ഥയിൽ സംരംഭകരുടെ പങ്ക്

ഒരു രാജ്യത്തിന്റെ വ്യാവസായിക മേഖലയുടെ വികസനത്തിൽ മാത്രമല്ല, കാർഷിക, സേവന മേഖലയുടെ വികസനത്തിലും സംരംഭകർ നിർണായക പങ്ക് വഹിക്കുന്നു. ഒരു സമ്പദ്‌വ്യവസ്ഥയുടെ സാമ്പത്തിക വികസനത്തിൽ സംരംഭകരുടെ പങ്ക് താഴെപ്പറയുന്നവയാണ്:

- പൊതുജനങ്ങളുടെ നിഷ്ക്രിയ സമ്പാദ്യം (idle savings) സമാഹരിക്കുന്നതിലൂടെ മൂലധന രൂപീകരണത്തെ സംരംഭകർ പ്രോത്സാഹിപ്പിക്കുന്നു. തങ്ങളുടെ സംരംഭങ്ങൾ സ്ഥാപിക്കുന്നതിന് അവരുടേതായതും കടമെടുത്തതുമായ റിസോഴ്‌സുകൾ ഉപയോഗിക്കുന്നു. രാജ്യത്തിന്റെ വ്യാവസായികവും സാമ്പത്തികവുമായ വികസനത്തിന് അത്യന്താപേക്ഷിതമായ മൂല്യവർദ്ധനയ്ക്കും സമ്പന്നരെ സൃഷ്ടിക്കുന്നതിനും ഇത്തരം സംരംഭകത്വ പ്രവർത്തനങ്ങൾ വഴിയൊരുക്കുന്നു.

- ആവികസിത രാജ്യങ്ങളുടെ വിട്ടുമാറാത്ത പ്രശ്നമായ തൊഴിലില്ലായ്മ കുറയ്ക്കാൻ വ്യവസായ സംരംഭകർ തൊഴിൽ നൽകുന്നു. സംരംഭകർ കൂടുതൽ യൂണിറ്റുകൾ സ്ഥാപിക്കുന്നതോടെ ചെറുതും വലുതുമായ നിരവധി തൊഴിലവസരങ്ങൾ മറ്റുള്ളവർക്കായി സൃഷ്ടിക്കപ്പെടുന്നു. കാലക്രമേണ, ഈ സംരംഭങ്ങൾ വളരുന്നു, കൂടുതൽ പേർക്ക് പ്രത്യക്ഷമായും പരോക്ഷമായും തൊഴിലവസരങ്ങൾ നൽകുന്നു. ഈ രീതിയിൽ, രാജ്യത്തെ തൊഴിലില്ലായ്മയുടെ പ്രശ്നം കുറയ്ക്കുന്നതിൽ

• 47 •

സംരംഭകർ ഫലപ്രദമായ പങ്ക് വഹിക്കുന്നു, ഇത് രാജ്യത്തിന്റെ സാമ്പത്തിക വികസനത്തിലേക്കുള്ള പാത സുഗമമാക്കുന്നു.

* വികസനം കുറഞ്ഞതും പിന്നോക്കം നിൽക്കുന്നതുമായ പ്രദേശങ്ങളിൽ വ്യവസായങ്ങൾ സ്ഥാപിക്കുന്നതിലൂടെ പ്രാദേശിക അസമത്വങ്ങൾ ഇല്ലാതാക്കാൻ സംരംഭകർ സഹായിക്കുന്നു. ഈ മേഖലകളിലെ വ്യവസായങ്ങളുടെയും ബിസിനസ്സുകളുടെയും വളർച്ച റോഡ് ഗതാഗതം, ആരോഗ്യം, വിദ്യാഭ്യാസം, വിനോദം, തുടങ്ങി നിരവധി പൊതു നേട്ടങ്ങളിലേക്ക് നയിക്കുന്നു. കൂടുതൽ വ്യവസായങ്ങൾ സ്ഥാപിക്കുന്നത് പിന്നാക്ക പ്രദേശങ്ങളുടെ വികസനത്തിനും അതുവഴി സന്തുലിതമായ പ്രാദേശിക വികസനത്തിനും കാരണമാകുന്നു.

* വ്യാവസായിക വികസനം സാധാരണയായി കുറച്ച് വ്യക്തികളുടെ കൈകളിൽ സാമ്പത്തിക ശക്തി കേന്ദ്രീകരിക്കുന്നതിലേക്ക് നയിക്കുന്നു, ഇത് കുത്തകകളുടെ വളർച്ചയ്ക്ക് കാരണമാകുന്നു. ഈ പ്രശ്നം പരിഹരിക്കുന്നതിന് ധാരാളം സംരംഭകരെ വികസിപ്പിക്കേണ്ടതുണ്ട്, ഇത് ജനസമൂഹത്തിലെ സാമ്പത്തിക ശക്തിയുടെ കേന്ദ്രീകരണം കുറയ്ക്കാൻ സഹായിക്കും.

* രാജ്യത്തിന്റെ താൽപ്പര്യത്തിനനുസരിച്ച് സമ്പത്തിന്റെയും വരുമാനത്തിന്റെയും തുല്യമായ പുനർവിതരണം (കൂടുതൽ ആളുകളിലേക്കും ഭൂമിശാസ്ത്രപരമായ പ്രദേശങ്ങളിലേക്കും) നടത്താൻ സംരംഭങ്ങൾ സഹായിക്കുന്നു. അങ്ങനെ സമൂഹത്തിലെ വലിയൊരു വിഭാഗത്തിന് പ്രയോജനം നൽകുന്നു. സംരംഭകർ കൂടുതൽ പ്രവർത്തനങ്ങൾ സൃഷ്ടിക്കുകയും സമ്പദ്‌വ്യവസ്ഥയിൽ ഗുണിത പ്രഭാവം നൽകുകയും ചെയ്യുന്നു.

* സംരംഭകർ എപ്പോഴും അവസരങ്ങൾക്കായി കാത്തിരിക്കുന്നു. അവസരങ്ങൾ അന്വേഷിക്കുന്നു. കിട്ടുന്ന അവസരങ്ങൾ പരമാവധി ഉപയോഗിക്കുന്നു. മൂലധനത്തിന്റെയും നൈപുണ്യത്തിന്റെയും ഫലപ്രദമായ വിഭവസമാഹരണം പ്രോത്സാഹിപ്പിക്കുന്നു ( effective resource mobilization of capital and skill). പുതിയ ഉൽപ്പന്നങ്ങളും സേവനങ്ങളും കൊണ്ടുവരുന്നു, സമ്പദ്‌വ്യവസ്ഥയുടെ വളർച്ചയ്ക്കായി വിപണികൾ വികസിപ്പിക്കുന്നു. ഇത്തരത്തിൽ, ഒരു രാജ്യത്തെ ആളുകളുടെ മൊത്ത ദേശീയ ഉൽപ്പാദനവും (gross national product) ആളോഹരി വരുമാനവും (per capita income) വർദ്ധിപ്പിക്കാൻ സംരംഭകർ സഹായിക്കുന്നു. ഒരു രാജ്യത്തെ ജനങ്ങളുടെ മൊത്ത ദേശീയ ഉൽപ്പാദനത്തിലും ആളോഹരി വരുമാനത്തിലുമുള്ള വർദ്ധനവ്

സാമ്പത്തിക വളർച്ചയുടെ അടയാളമാണ്.

- ജനങ്ങളുടെ ജീവിതനിലവാരത്തിലുള്ള വർദ്ധനവ് രാജ്യത്തിന്റെ സാമ്പത്തിക വികസനത്തിന്റെ സവിശേഷതയാണ്. വൈവിധ്യമാർന്ന ഉപഭോഗവസ്തുക്കളുടെയും സേവനങ്ങളുടെയും ഉൽപ്പാദനത്തിൽ ഏറ്റവും പുതിയ കണ്ടുപിടിത്തങ്ങൾ സ്വീകരിക്കുന്നതിലൂടെ ജനങ്ങളുടെ ജീവിതനിലവാരം ഉയർത്തുന്നതിൽ സംരംഭകർ പ്രധാന പങ്ക് വഹിക്കുന്നു; അതും കുറഞ്ഞ ചെലവിൽ. കുറഞ്ഞ വിലയ്ക്ക് മെച്ചപ്പെട്ട ഗുണനിലവാരമുള്ള സാധനങ്ങൾ ലഭ്യമാക്കാൻ ഇത് ആളുകളെ പ്രാപ്തരാക്കുന്നു, ഇത് അവരുടെ ജീവിതനിലവാരം മെച്ചപ്പെടുത്തുന്നു.

- സാമ്പത്തിക വികസനത്തിന്റെ പ്രധാന ഘടകമായ ഒരു രാജ്യത്തിന്റെ കയറ്റുമതി-വ്യാപാരം പ്രോത്സാഹിപ്പിക്കുന്നതിന് സംരംഭകർ സഹായിക്കുന്നു. ഇറക്കുമതി കുടിശ്ശിക ആവശ്യകത ഉറപ്പുവരുത്തുന്നതിനായി കയറ്റുമതിയിൽ നിന്ന് വൻതോതിൽ വിദേശനാണ്യം സമ്പാദിക്കുന്നതിന് അവർ വലിയ തോതിൽ ചരക്കുകളും സേവനങ്ങളും ഉത്പാദിപ്പിക്കുന്നു. അതിനാൽ സുപ്രധാനമായ എക്സ്ചേഞ്ചും കയറ്റുമതി പ്രോത്സാഹനവും സാമ്പത്തിക സ്വാതന്ത്ര്യവും വികസനവും ഉറപ്പാക്കുന്നു.

- മാറ്റത്തിന്റെ അന്തരീക്ഷത്തിൽ പ്രവർത്തിക്കാനും നവീകരണത്തിലൂടെ പരമാവധി ലാഭം നേടാനും സംരംഭകർ താൽപര്യപ്പെടുന്നു. മാറുന്ന സാങ്കേതികവിദ്യയ്ക്ക് അനുസൃതമായി ഒരു എന്റർപ്രൈസ് സ്ഥാപിക്കപ്പെടുന്നു.

- ഒരു ചെയിൻ റിയാക്ഷനിൽ കലാശിക്കുന്ന മാറ്റത്തിനുള്ള ഏജന്റായി സംരംഭകർ പ്രവർത്തിക്കുന്നു അല്ലെങ്കിൽ ഒരു എന്റർപ്രൈസ് സ്ഥാപിക്കപ്പെടുന്നു, വ്യാവസായികവൽക്കരണ പ്രക്രിയ ചലനമാരഭിക്കുന്നു. ഈ യൂണിറ്റിന് ആവശ്യമായ വിവിധ തരം യൂണിറ്റുകൾക്ക് ഡിമാൻഡ് സൃഷ്ടിക്കും, ഈ യൂണിറ്റിന്റെ ഔട്ട്പുട്ട് ആവശ്യമുള്ള മറ്റ് പല യൂണിറ്റുകളിലും അങ്ങനെ ഉണ്ടാകും. വർദ്ധിച്ചുവരുന്ന ഡിമാൻഡും കൂടുതൽ കൂടുതൽ യൂണിറ്റുകളുടെ സജ്ജീകരണവും കാരണം ഇത് ഒരു പ്രദേശത്തിന്റെ മൊത്തത്തിലുള്ള വികസനത്തിലേക്ക് നയിക്കുന്നു. ഈ രീതിയിൽ, സംരംഭകർ അവരുടെ സംരംഭക പ്രവർത്തനങ്ങൾ വർദ്ധിപ്പിക്കുന്നു, അങ്ങനെ ഉത്സാഹത്തിന്റെ അന്തരീക്ഷം സൃഷ്ടിക്കുകയും പ്രദേശത്തിന്റെ മൊത്തത്തിലുള്ള വികസനത്തിന് പ്രചോദനം നൽകുകയും ചെയ്യുന്നു.

# മഹദ് വചനങ്ങൾ – ഫൽഗുനി നയ്യാർ

> എനിക്ക് 50 വയസ്സ് തികയുന്നതിന്
> മുമ്പ് സ്വന്തമായി ഒരു ബിസിനസ്സ്
> തുടങ്ങണം, അല്ലെങ്കിൽ ഞാൻ
> ഒരിക്കലും അത് ചെയ്യില്ല
> എന്നായിരുന്നു എന്റെ മനോഭാവം.
> പ്രായത്തെ ഒരു വൈകല്യമായി
> കാണുന്നതിനുപകരം, അതിലൂടെ
> വന്ന അനുഭവമായി ഞാൻ അതിനെ
> കണ്ടു. സംരംഭകത്വം എന്നത് പുതിയ
> കാര്യങ്ങൾ പഠിക്കാൻ കൂടിയാണ്.
> അതിനാൽ, ദയവായി സ്വയം
> വിദ്യാഭ്യാസം നേടാനും വളരെ തുറന്ന
> മനഃസ്ഥിതിയുള്ളവർ ആകാനും
> ശ്രമിക്കുക..

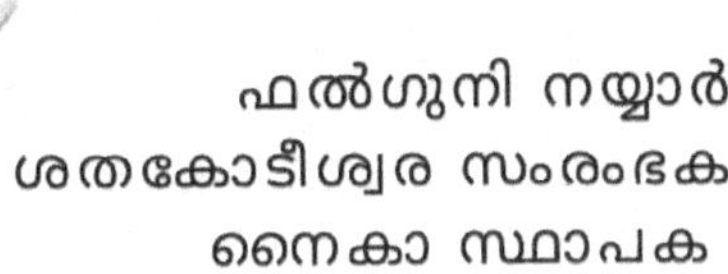

ഫൽഗുനി നയ്യാർ
ശതകോടീശ്വര സംരംഭക
നൈകാ സ്ഥാപക

# യുവ സംരംഭകർ അറിഞ്ഞിരിക്കേണ്ട ചില നുറുങ്ങുകൾ

*ലേഖകൻ: വിഷ്ണു എസ്.ജെ, സ്റ്റാർട്ടപ്പ് സഹ-സംരംഭകൻ*

1. ഒരിക്കലും ഉദ്യമം ഉപേക്ഷിക്കരുത്.

2. പടിപടിയായി കാര്യങ്ങൾ ചെയ്യുക; നേട്ടങ്ങൾ ലഭിക്കാൻ ദൈർഘ്യമേറിയാലും.

3. പങ്കാളികളിൽ ഒരാൾ ഉപേക്ഷിച്ചുപോയാലും, നിങ്ങളുടെ ബിസിനസ്സ് ലക്ഷ്യത്തിൽ നിന്ന് ഒരിക്കലും അകന്നു പോകരുത്.

4. നിങ്ങളുടെ ബിസിനസ്സ് സ്റ്റാർട്ടപ്പിനെ സ്വന്തം കുഞ്ഞിനെപ്പോലെ കണക്കാക്കുകയും നിങ്ങളുടെ കുട്ടിയെപ്പോലെ വളർത്തുകയും ചെയ്യുക. ആ "കുട്ടി" പ്രായമാകുമ്പോൾ അത് നിങ്ങളെയും പരിപാലിക്കും.

5. ആദ്യം ഒരു ലക്ഷ്യം ഉണ്ടാക്കുക, തുടർന്ന് ഒരു സമയപരിധി ഉണ്ടാക്കുക, നിങ്ങൾ പരമാവധി ലക്ഷ്യത്തിനടുത്ത് എത്തുകയോ അല്ലെങ്കിൽ അത് നേടുകയോ ചെയ്യുക. തുടർന്ന് അടുത്ത അഞ്ച് വർഷം കൂടി പ്ലാൻ ചെയ്യുക.

6. ഒരു സമയം ഒരു ചുവടു മാത്രം വെക്കുക.

7. ബിസിനസ്സ് ആരംഭിച്ച ഉടൻ തന്നെ പണമുണ്ടാക്കണമെന്ന് ഒരിക്കലും ചിന്തിക്കരുത്. ലക്ഷ്യങ്ങൾ കൈവരിക്കാനാകുമെന്ന് ഉറപ്പുവരുത്തുക. സമീപഭാവിയിലുള്ള ആസ്തിയെക്കാൾ ദീർഘകാലത്തേക്കുള്ള സുസ്ഥിരത (long term sustainability) ആയിരിക്കണം നിങ്ങളുടെ ലക്ഷ്യം.

8. നിങ്ങളുടെ ബിസിനസ്സിൽ ലാഭമായി ലഭിക്കുന്ന പണം, എല്ലാം എടുക്കുന്നതിനുപകരം വികസനത്തിനായി വീണ്ടും നിക്ഷേപിക്കുക.

9. നിങ്ങളുടെ പങ്കാളികൾ നിങ്ങളുടെ ലക്ഷ്യം പൂർണമായി മനസിലാക്കുന്നു/ യോജിക്കുന്നു എന്നും, ആ ലക്ഷ്യത്തിലേക്ക് എത്താൻ അവർ പ്രവർത്തിക്കുന്നു എന്നും ഉറപ്പു വരുത്തുക. പങ്കാളികളിൽ ഒരാൾ പോയാലും നിങ്ങൾ ലക്ഷ്യത്തിലേക്കുള്ള സഞ്ചാരം തുടരുന്നുവെന്ന് ഉറപ്പാക്കുക.

10. സംരംഭം ആരംഭിച്ചു വർഷങ്ങൾക്ക് ശേഷം നിങ്ങളുടെ ബിസിനസ്സിൽ ചേരുന്നവർക്ക്, അതിനോട് വലിയ പ്രതിബദ്ധത ഉണ്ടായിരിക്കില്ല എന്നും എപ്പോൾ വേണമെങ്കിലും വിട്ടു പോകാമെന്നും മനസിലാക്കുക. സംരംഭം മുന്നോട്ട് കൊണ്ടുപോകാനും ഉത്തരവാദിത്തമുള്ളതും നിങ്ങൾക്ക്

മാത്രമാണ്.

(ടെക്നോപാർക്കിലെ *MyTsys* സോഫ്റ്റ്‌വയർ സൊല്യൂഷൻസ് എന്ന *IT* സ്റ്റാർട്ടപ്പ് കമ്പനിയുടെ ചീഫ് ടെക്നിക്കൽ ഓഫീസറാണ് 31 വയസ്സുള്ള വിഷ്ണു. എഞ്ചിനീയറിംഗ് പഠനത്തിന് ശേഷം സുഹൃത്തുക്കളുമൊത്ത് സ്ഥാപിച്ചതാണ് ഈ കമ്പനി.)

> ആശയങ്ങൾ
> ആരുടെയും
> കുത്തകയല്ല. വലുതായി
> ചിന്തിക്കുക, വേഗത്തിൽ
> ചിന്തിക്കുക,
> മറ്റുള്ളവർക്ക് മുന്നേ
> ചിന്തിക്കുക

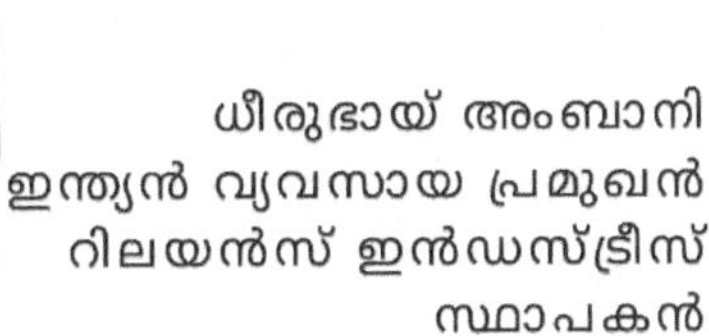

ധീരുഭായ് അംബാനി
ഇന്ത്യൻ വ്യവസായ പ്രമുഖൻ
റിലയൻസ് ഇൻഡസ്ട്രീസ്
സ്ഥാപകൻ

# സംഗ്രഹം

ചെറിയ വീഴ്ചകൾ, ചെറിയ തിരിച്ചടികൾ ഏതു സംരംഭത്തിലുമുണ്ടാകും; തളരാതെ, പിൻവാങ്ങാതെ, സധൈര്യം മുന്നോട്ടു പോകേണ്ടതും പ്രതിസന്ധികളെ നേർക്കുനേർ നിന്ന് പൊരുതി ജയിക്കേണ്ടതും അത്യന്തം ആവശ്യമാണ്. അതിനുള്ള മനോധൈര്യവും ചങ്കൂറ്റവും നിങ്ങൾ വളർത്തിയെടുത്തേ പറ്റൂ !! നിങ്ങൾ കൈവിടാതിരുന്നാൽ നിങ്ങളുടെ സംരംഭം നിങ്ങളെയും കൈവിടില്ല എന്ന് അറിയുക.

അത് പോലെ തന്നെ പ്രധാനമാണ് "detachment" അഥവാ അകന്നുപോവാനുള്ള സന്നദ്ധത. നിങ്ങളുടെ ബിസിനെസ്സിനോട് ഉള്ള ഒരു emotional attachment കാരണം, പരാജയപ്പെട്ടു കൊണ്ടിരിക്കുന്ന ബിസിനെസ്സിന് പിന്നിൽ പോയി സമയം പാഴാക്കാതിരിക്കുക. അത് നിങ്ങളെ മറ്റ് നല്ല സംരംഭങ്ങൾ തുടങ്ങുന്നതിൽ നിന്നും തടയും, നിങ്ങളുടെ വളർച്ചയെ ബാധിക്കും. തോൽവിയിലുള്ള നിരാശ നിങ്ങളെ തകർക്കാനും സാധ്യതയുണ്ട്. അതിനാൽ, ബിസിനസ് വിജയിക്കുന്നില്ല എന്ന് കണ്ടാൽ ശരിയായ സമയത്ത് ശരിയായ രീതിയിൽ അവസാനിപ്പിക്കുക. (പാതി വഴിയിൽ വിട്ടിട്ട് പോകരുത്; ഭാവിയിൽ നിയമപരമായ പ്രശ്നങ്ങൾ വരാതിരിക്കാൻ ഒരു legal advisor റുടെ സഹായത്തോടെ, നിയമങ്ങൾ അനുസരിച്ച് ബിസിനസ് close / liquidate ചെയ്യുക)

ഒരു സംരംഭം ആരംഭിക്കുക എന്നത് ഒരു കുഞ്ഞിന് ജന്മം നൽകുന്നതുപോലെയാണ്. ഒരു ചെറിയ ആശയം മൊട്ടിടുന്നത് മുതൽ, അതിന്റെ ഓരോ ചെറിയ വികാസവും നോക്കി സന്തോഷത്തോടെ വളർത്തിയെടുക്കുന്ന സംരംഭകർ, അക്ഷരാർത്ഥത്തിൽ മാതാപിതാക്കൾ പോലെ തന്നെയാണ്. ഒരു കുഞ്ഞു വേണമെന്ന തീരുമാനം എടുക്കുന്ന പോലെത്തന്നെ എല്ലാ പ്രതിബദ്ധതകളും ജീവിതസാഹചര്യങ്ങളും കണക്കിലെടുത്തു വേണം സംരംഭം തുടങ്ങുന്നതും. കുഞ്ഞിനെപോലെതന്നെ നിങ്ങളുടെ commitment അഥവാ സമർപ്പണബോധം സംരംഭത്തിനും ആവശ്യമാണ്. അത്രത്തോളം സമയവും പരിശ്രമവും നൽകാൻ തയ്യാറാണെങ്കിൽ നിങ്ങൾ തീർച്ചയായും വിജയിക്കും !

തോൽവികളിൽ മനസ്സ് ഉടയാതെ ധൈര്യമായി പിടിച്ചുനിൽക്കുക. ആകാശമാണ് നിങ്ങളുടെ അതിര് !

ക്ഷമിക്കുക, അത് ഞാൻ തിരുത്തട്ടെ !!

"ആകാശമല്ല നമ്മുടെ അതിര്...
അങ്ങനെ ആയിരുന്നു എങ്കിൽ ഇന്ന് ചന്ദ്രനിൽ കാൽപ്പാടുകൾ
കാണില്ലായിരുന്നു !!"

**സംരംഭകത്വം ഒരു പ്രയാണമാണ്.** അർപ്പണബോധവും ത്വരയും വർഷങ്ങളുടെ കഠിനാദ്ധ്വാനവും വേണ്ടിവരുന്ന ഒരു യാത്ര. സംരംഭകത്വ കഴിവുകൾ ശക്തിപ്പെടുത്തുന്നതിന് നിങ്ങൾ സമയം ചെലവഴിക്കാൻ തയ്യാറാണെങ്കിൽ, നിങ്ങളുടെ സ്വന്തം ബിസിനെസ്സ് ആരംഭിക്കാനും വിജയകരമായി നടത്തിക്കൊണ്ടുപോകാനും നിങ്ങൾക്ക് സാധിക്കും - തീർച്ച !

സംരംഭകത്വത്തിലേക്ക് നിങ്ങളെ ആകർഷിക്കുവാനോ അല്ലെങ്കിൽ നിങ്ങൾക്ക് വേണ്ടിയിരുന്ന ആ "ചെറിയ ഉന്ത്" (Push) തരുവാനോ എന്റെ ഈ പുസ്തകത്തിന് കുറച്ചെങ്കിലും സാധിച്ചു എങ്കിൽ ഞാനതിൽ അഭിമാനം കൊള്ളുന്നു.

ഈ സംരംഭക യാത്രയിലേക്ക് കാലെടുത്തു വയ്ക്കുന്ന എല്ലാവർക്കും ആശംസകൾ....

# ലേഖികയെക്കുറിച്ച്

"ഞാൻ ഇപ്പോഴും പണിപ്പുരയിലാണ്; 'സംരംഭക' എന്ന പദവിയിലേക്കുള്ള പ്രയാണത്തിൽ... സ്വയം കണ്ടെത്തലിന്റെയും തുടർച്ചയായ പഠനത്തിന്റെയും നീണ്ട യാത്രയിൽ...."

എന്നാണ് ലേഖിക സ്വയം വിശേഷിപ്പിക്കുന്നത്. ഈ യാത്രയിൽ കണ്ടതും അറിഞ്ഞതും പഠിച്ചതുമായ കാര്യങ്ങളാണ് ഈ താളുകളിൽ കുറിച്ചിരിക്കുന്നത്.

തന്റെ കരിയറിന്റെ കഴിഞ്ഞ ഒന്നര പതിറ്റാണ്ടായി, സീനിയർ മാനേജ്മെന്റ് തസ്തികകളിൽ നിരവധി സ്റ്റാർട്ടപ്പുകളിൽ ലേഖിക പ്രവർത്തിച്ചിട്ടുണ്ട്. സംരംഭകത്വത്തിന്റെ ബാലപാഠങ്ങൾ പഠിച്ചത് ദീർഘവീക്ഷണമുള്ള, നൂതന ചിന്താഗതിയുള്ള ചില സ്വപ്നദർശികളിൽ നിന്ന് നേരിട്ടാണ്. രണ്ട് സംരംഭങ്ങളിൽ "കൈ പൊള്ളിച്ചിട്ടുണ്ട്"; എങ്കിലും സംരംഭകത്വത്തിന്റെ വിവിധ വശങ്ങളെ കുറിച്ച് കൂടുതലറിയാൻ എപ്പോഴും ഉത്സുകയുമാണ്.

മനുഷ്യർ പുസ്തകങ്ങൾ പോലെയാണെന്ന് വിശ്വസിക്കുന്ന ലേഖിക, അടുത്ത തലമുറയിലെ സംരംഭകരെ കെട്ടിപ്പടുക്കാനുള്ള ശ്രമത്തിലാണ്. ഒരു ഇ-ലേണിംഗ് സംരംഭത്തിന്റെ മാനേജിംഗ് പാർട്ണർ & ഓപ്പറേഷൻസ് ഹെഡ് എന്ന നിലയിലുള്ള നിലവിലെ റോളിൽ, വ്യത്യസ്ത ബിസിനസ്സ് ഡൊമെയ്നുകളിൽ നിന്നുള്ള സംരംഭകരുമായും പരിശീലകരുമായും അവർ നിരന്തരം സംവദിക്കുന്നു.

സ്ത്രീ ശാക്തീകരണം, എഴുത്ത്/ബ്ലോഗിംഗ് എന്നിവയുൾപ്പെടെ പല കാര്യങ്ങളിലും തൽപ്പരയാണ്; കൂടാതെ യാത്രകൾ, പാചകം, കല, ഫാഷൻ ഡിസൈനിംഗ്, ഫോട്ടോഗ്രാഫി എന്നിവയെയും ഇഷ്ടപ്പെടുന്നു.

# കൃതജ്ഞത

ശരിയായ പാതയിലേക്ക് എന്നെ നയിക്കുന്നതിനും, സ്വപ്നത്തിൽ പോലും വിചാരിക്കാത്ത ഇടങ്ങളിലേക്ക് എന്നെ കൊണ്ടെത്തിക്കുന്നതിനും, എനിക്ക് ഏറ്റവും ആവശ്യമുള്ളപ്പോൾ സൂചനകളും കാവൽ മാലാഖമാരും നൽകിയതിനും, ഞാൻ **സർവ്വശക്തന്** നന്ദി പറയുന്നു.

മാർഗ്ഗനിർദ്ദേശങ്ങൾക്കും പിന്തുണയ്ക്കും അപാരമായ നിങ്ങളുടെ അറിവിനും **ഡോ. ചന്ദ്രവദനയോടും കെസിയ തോമസിനോടും** എനിക്ക് എന്നും നന്ദിയുണ്ട്. നിങ്ങളുടെ സംരംഭത്തിന്റെ ഭാഗമാകാൻ എനിക്ക് അവസരം തന്നതിനും ആ "കുഞ്ഞിനെ" വളർത്താൻ നിങ്ങൾ എന്നിൽ അർപ്പിച്ച വിശ്വാസത്തിനും നന്ദി.

തെറ്റുകൾ വരുത്താനും പ്രവൃത്തിയിലൂടെ പഠിക്കാനും എനിക്ക് വേണ്ടത്ര അവസരങ്ങൾ നൽകിയ എന്റെ മുൻ മേലധികാരികളോട് എനിക്ക് അഗാധമായ ആരാധനയുണ്ട്. എന്നിലെ സംരംഭകയെ രൂപപ്പെടുത്തിയ ദീർഘവീക്ഷണമുള്ള മാർഗദർശകരാണ് നിങ്ങൾ - **ആദം അബാറ്റെ, മൈക്ക് യാഡെറ്റ, ഗിഡെ ഗബ്രെഗ്സിയാഭർ** - ദൈവം നിങ്ങൾക്ക് കൂടുതൽ വിജയങ്ങൾ നൽകി അനുഗ്രഹിക്കട്ടെ. എലിയട്ട് ഫിറിയുടെ സുഹൃദ് ബന്ധത്തിനും നന്ദി. സ്വന്തമായി സംരംഭം തുടങ്ങി വിജയിച്ച എന്റെ ടീം അംഗങ്ങൾ **അഡ്യുഗ്ന വോർക്കു, മെസായി റ്റായെ, അലക്സാണ്ടർ സുറാഫേൽ** - നിങ്ങളിൽ ഞാൻ അഭിമാനിക്കുന്നു.

മറ്റു ചില വ്യക്തികളോടും ഞാൻ നന്ദി പറയണം - എന്റെ കഴിവുകൾ പോരാ എന്ന് കരുതിയവർ - സ്വയം വെല്ലുവിളിക്കാനും മെച്ചപ്പെടുത്താനും ശ്രമിച്ചത് നിങ്ങൾ കാരണമാണ് !

സാഹിത്യ ഉപദേശത്തിന് ഡോ. രാധാകൃഷ്ണൻ എ പിള്ള, ടി ശ്രീനിവാസൻ, ശിവകുമാർ കെ പി, ബിജു ബാലകൃഷ്ണൻ, ദിവ്യ രാജേഷ്, സുനിത നാഗേഷ്, നിഷാദ് എസ് എൻ, ശരൺ ശശി എന്നിവരോട് ഞാൻ ബാധ്യസ്ഥയാണ്; കൂടുതൽ എഴുതാൻ എന്നെ പ്രോത്സാഹിപ്പിക്കുകയും യഥാർത്ഥ ഫീഡ്ബാക്ക് നൽകുകയും ചെയ്തവർ.

വിഷ്ണു എസ്ജെയുടെയും അനു അനിലിന്റെയും അചഞ്ചലമായ പിന്തുണയും, (ഞാൻ സ്വന്തം കഴിവിൽ സംശയിച്ചപ്പോൾ പോലും) എന്റെ എല്ലാ ശ്രമങ്ങളിലുമുള്ള അവരുടെ വിശ്വാസത്തെയും ഞാൻ അങ്ങേയറ്റം

അഭിനന്ദിക്കുന്നു. എന്നിലെ എഴുത്തുകാരിയെ കണ്ടെത്തിയതിനും ഉൽകൃഷ്ടതയിലേക്ക് നയിച്ചതിനും **അജിത് കുമാറിന്** നന്ദി. **ജോർജ്ജ് അലക്സാണ്ടറിന്റെ** പ്രേരണയില്ലാതെ ഈ പുസ്തകം (അല്ലെങ്കിൽ ഭാവിയിലെ ഒരു പുസ്തകവും) സാധ്യമാകുമായിരുന്നില്ല. എന്റെ സ്വപ്ന സാക്ഷാത്കാരത്തിന് വഴികാട്ടിയ **സുബിനോടും** കൃതജ്ഞതയുണ്ട്...

മലയാള ഭാഷയോടുള്ള എന്റെ സ്നേഹം ജ്വലിപ്പിച്ച **പത്മ ടീച്ചർ -** സുകുമാർ അഴീക്കോട്, എം ടി വാസുദേവൻ നായർ, മാധവിക്കുട്ടി തുടങ്ങിയ ഇതിഹാസങ്ങൾ അധിവസിക്കുന്ന സാഹിത്യത്തിന്റെ മനോഹര ലോകത്തേക്ക് എന്റെ കണ്ണു തുറപ്പിച്ചതിന് നന്ദി .

·

ഹാമറേ ഡെമിസ്സി, ലിപിക മൊഹാപത്ര, **ജിനുക് ദത്താറേയ്, ജ്യോതി ബഹുഗുണ, ആകാഷ്മിത ദീക്ഷിത് -** ഈ കരുത്തുറ്റ വനിതകളെ എന്റെ സുഹൃത്തുക്കൾ എന്ന് വിളിക്കുന്നത് അഭിമാനകരമാണ്. **ജിഷ ഹരിദാസിനും രേഖാ വിപിനും** എന്റെ നന്ദി - നിങ്ങളുടെ പ്രോത്സാഹനത്തെ ഞാൻ അങ്ങേയറ്റം വിലമതിക്കുന്നു. **"ബ്ലാ ബ്ലാ ഗേൾസ്"** - എന്റെ വട്ടുകൾ എല്ലാം അറിയുന്ന എന്റെ കോളേജ് സുഹൃത്തുക്കൾ - നിങ്ങളെ ഓരോരുത്തരെയും ഞാൻ ഒത്തിരി സ്നേഹിക്കുന്നു!

ഇത്രയും വർഷങ്ങൾക്കിടയിലെ എന്റെ 'വളർത്തുമക്കൾക്കും' വിദ്യാർത്ഥികൾക്കും നന്ദി - യുവ നേതാക്കളായി നിങ്ങൾ മാറുന്നത് ഞാൻ അഭിമാനത്തോടെയാണ് നോക്കി കണ്ടിട്ടുള്ളത്.

·

എന്റെ **"ലൈഫ്ലൈൻ"** - എന്റെ മകൾ **മേഘ ആനന്ത്;** ഈ പുസ്തകം യാഥാർത്ഥ്യമാക്കിയതിന്റെ എല്ലാ ക്രെഡിറ്റും അവൾ അർഹിക്കുന്നു. ഓരോ ദിവസവും, രാത്രി ഏറെ വൈകിയും ഞാൻ പങ്കുവയ്ക്കുന്ന എല്ലാ ഭ്രാന്തൻ ആശയങ്ങളും കഥകളും ക്ഷമയോടെ കേട്ടതിന്, എത്ര നന്ദി പറഞ്ഞാലും മതിയാകില്ല!!

എന്റെ പ്രവൃത്തികളെ ഒരിക്കലും ചോദ്യം ചെയ്യാത്ത, എന്റെ സ്വാതന്ത്ര്യത്തെ ഒരിക്കലും തടസ്സപ്പെടുത്താത്ത എന്റെ ഭർത്താവ് **ഡോ. ആനന്ത്,** ഒത്തിരി കയ്യടി അർഹിക്കുന്നു. രണ്ട് അച്ഛനമ്മമാർക്കും - എന്റെ മാതാപിതാക്കൾ **മുത്തുലക്ഷ്മി & പെരുമാൾ,** എന്റെ ഭർതൃമാതാപിതാക്കൾ **ഡോ. ഉമ & ഡോ. നടരാജൻ** എന്നിവരോട് ബഹുമാനം - നിങ്ങളാണ് എന്റെ പ്രചോദനം. നിങ്ങളെല്ലാവരും എന്നെയോർത്ത് അഭിമാനിക്കുമെന്ന് ഞാൻ പ്രതീക്ഷിക്കുന്നു.

അങ്ങകലെ നിന്ന് എന്നെ സംരക്ഷിക്കുന്ന എന്റെ മുത്തശ്ശി **രുക്മണിക്ക്** നന്ദി - നിങ്ങളുടെ തീവാക്കുട്ടി അവളുടെ സ്വപ്നങ്ങൾ സാക്ഷാത്കരിക്കുന്നത് കാണാൻ നിങ്ങൾ ഇവിടെ ഉണ്ടായിരുന്നെങ്കിൽ എന്ന് ആഗ്രഹിച്ചുപോകുന്നു....

എന്റെ സ്വാതന്ത്ര്യ മനോഭാവത്തെയും ജീവിതത്തിലെ അസാധാരണമായ തീരുമാനങ്ങളെയും എപ്പോഴും പിന്തുണച്ചതിന് എന്റെ രണ്ട് കുടുംബങ്ങൾക്കും നന്ദി. **സരിത, ജയ, ആരതി,** മറ്റു സഹോദരങ്ങൾക്കും - എന്നോടുള്ള കരുതലിന് നന്ദി. **രാജേഷ് അണ്ണനും ദിവ്യയ്ക്കും** പ്രത്യേക നന്ദി !

പ്രത്യക്ഷമായും പരോക്ഷമായും എന്നെ സ്വാധീനിച്ച എത്രയോ പേർ ഇനിയുമുണ്ട്. ആരെയെങ്കിലും വിട്ടുപോയിട്ടുണ്ടെങ്കിൽ മാപ്പാക്കുക...

**പ്രിയ വായനക്കാർക്ക്, ഈ പുസ്തകം വാങ്ങിയതിന് നന്ദി !**

പുസ്തകത്തിലെ വിവരങ്ങൾ തെറ്റുകളില്ലാതെ എഴുതാൻ ഞാൻ കഴിവതും ശ്രമിച്ചിട്ടുണ്ട്. എന്നാൽ പിശകുകൾ കടന്നുകൂടിയിട്ടുണ്ടെങ്കിൽ ക്ഷമിക്കുക; ചൂണ്ടിക്കാണിച്ചാൽ അടുത്ത എഡിഷനിൽ തീർച്ചയായും തെറ്റുകൾ തിരുത്തുന്നതാണ്. ഈ പുസ്തകം സഹായകമായിരുന്നെങ്കിൽ ദയവായി നിങ്ങളുടെ പേരും സത്യസന്ധമായ അഭിപ്രായങ്ങളും ഈ ഇമെയിൽ വിലാസത്തിൽ അറിയിക്കുക. *deepabperumal@gmail.com*

ഈ പുസ്തകത്തിൽ ഉപയോഗിച്ചിരിക്കുന്ന എല്ലാ ചിത്രങ്ങളും ഞാൻ സ്വയം ഡിസൈൻ ചെയ്തവയാണ്.



- ദീപ പെരുമാൾ